പൊസൊളിഗെ

INSIGHT PUBLICA

Nadakkavu, Kozhikode, Kerala, 673011
www.insightpublica.com
e-mail: insightpublica@gmail.com
Title: **Posolige**
Author: **Siji Mathew**
(Malayalam)
Book Design:KJVJ
First Edition: January 2022

Printed and Published by
InsightinPublica Printers & Publishers Pvt. Ltd.
ISBN 978-93-5517-214-3

പൊസൊളിഗെ

സമര ചരിത്രം

സിജിമാത്യു

INSIGHT PUBLICA®

സമർപ്പണം

അന്ധവിശ്വാസത്തിന്റെയും അനാചാരത്തിന്റെയും അസ്പൃശ്യത
അനുഭവിക്കുന്ന ലോകത്തെ എല്ലാ മനുഷ്യർക്കും...

സമരനായിക : നീലയ്ക്കും

കണ്ണൂർ ജില്ലയിലെ പയ്യാവൂർ പഞ്ചായത്തിലെ ശാന്തിനഗറിൽ ജനനം. കാസർഗോഡ് ജില്ലയിലെ മുള്ളേരിയ ഗാഡിഗുഡ്ഡയിലാണ് താമസിക്കുന്നത്. മണിക്കടവ് സെന്റ് തോമസ് യു.പി. സ്കൂൾ, ഗവ.ഹൈസ്കൂൾ മുള്ളേരിയ, കാസർഗോഡ് ഗവ.കോളേജ് എന്നിവിടങ്ങളിൽ വിദ്യാഭ്യാസം. എസ്.എഫ്.ഐ ജില്ലാസെക്രട്ടറി, ഡി.വൈ.എഫ്.ഐ ജില്ലാ സെക്രട്ടറി, സംസ്ഥാന വൈസ് പ്രസിഡന്റ്, സി.പി.ഐ.എം ഏരിയാ സെക്രട്ടറി എന്നീ നിലകളിൽ പ്രവർത്തിച്ചു. സി.പി.ഐ(എം) കാസർഗോഡ് ജില്ലാ കമ്മിറ്റിയംഗവും, കാറഡുക്ക ബ്ലോക്ക് പഞ്ചായത്ത് പ്രസിഡന്റുമാണ്.

ഭാര്യ : ഷാനി പി.ജെ

മക്കൾ : ദിവിന, ദിൽഷ

ഇ-മെയിൽ : sijigadigudda@gmail.com

ഫോൺ നമ്പർ : 9446943491

സിജിമാത്യു

പൊസൊളിഗെ

അത്യപൂർവ്വമായൊരു സമരാനുഭവമായിരുന്നു അത്. വിദ്യാർത്ഥി, യുവജന സംഘടനാ കാലത്ത് നിരവധി പ്രക്ഷോഭങ്ങളിലൂടെയും സമരങ്ങളിലൂടെയും കടന്നുപോയിട്ടുണ്ട്. എൻഡോസൾഫാൻ ദുരിതബാധിതർക്ക് വേണ്ടിയുള്ള പോരാട്ടങ്ങൾ ഇടപെടലുകൾ അതിൽ മറക്കാൻ കഴിയാത്തതാണ്.

ഇതിൽ നിന്നും ഏറെ വ്യത്യസ്തവും ഒരു പക്ഷേ വർത്തമാനകാലത്ത് മലയാളക്കരയിൽ അഭിമുഖികരിക്കേണ്ടിവരാൻ സാധ്യതയില്ലാത്തതുമായ വിഷയം ഉയർത്തിയുള്ള സമരമായിരുന്നു പൊസൊളിഗെ.

അതുകൊണ്ടു തന്നെ ഈ പോരാട്ടത്തിലേക്ക് നയിച്ച കാര്യകാരണങ്ങൾ, നാൾവഴികൾ, തുടങ്ങിയവയെക്കുറിച്ചെല്ലാം ഒരു കുറിപ്പ് എഴുതണമെന്ന് പല സഖാക്കളും അഭിപ്രായപ്പെട്ടിരുന്നു. നവമാധ്യമങ്ങളിലൂടെ ഇതിനെ കുറിച്ചറിഞ്ഞവരും ഇത്തരമൊരു നിർദ്ദേശം മുന്നോട്ട് വെക്കുകയുണ്ടായി. ഇവിടെ നിന്നാണ് തീരെ പരിചിതമല്ലാത്ത ഇങ്ങനെയൊരു സാഹസത്തിന് ആരംഭം കുറിക്കുന്നത്.

ഈ പുസ്തകത്തിന്റെ പൂർത്തികരണത്തിന് എല്ലാ പിന്തുണയും നൽകിയ എഴുത്തുകാരനും ആരോഗ്യ വകുപ്പ് ജീവനക്കാരനുമായ നിസാം റാവുത്തർ, അനിയന്മാരായ സഖാക്കൾ രാധാകൃഷ്ണൻ കർമ്മംതോടി, രജിത്ത് കാടകം, രേഖാ ചിത്രങ്ങൾ കൊണ്ട് ഈ ചെറു പുസ്തകത്തെ മനോഹരമാക്കിയ ചന്ദ്രൻ മൊട്ടമ്മൽ, എപ്പോഴും കൂടെ നിൽക്കുന്ന എന്റെ പ്രീയപ്പെട്ടവർ, സഖാക്കൾ... എല്ലാവർക്കും നന്ദി...

ആമുഖം

'ബർസ ബന്നക പന്തികള്ള കൊടിയൂനെ
തൊമ്പഗു ബംഗാര തലക്കാപ്പുണ്ട്.
ബുക്കാ ഈന്നുഗു കരിഞ്ചത് പാതലാ പുണ്ട്"
(മഴപെയ്യുമ്പോൾ പുൽനാമ്പുകൾ മുളപൊട്ടും...
ഇളവെയിലത്ത് തിളങ്ങി സ്വർണ്ണ നിറമാകും
പിന്നെയത് കരിഞ്ഞ് കരിംപാറ പോലെയാകും)

തുളുനാട്ടിൽ തെയ്യം കെട്ടിയാടാൻ ഇച്ചിലംപാടി രാജാവ് അധികാരം കൊടുത്ത കോപ്പാളസമുദായത്തിലെ നെട്ടോണി എന്ന വൃദ്ധനെ ഓർത്തുപോകുന്നു. ഒരു ഒറ്റമുണ്ട് മടക്കിയുടുത്ത് തലയിൽ പാളത്തൊപ്പി ധരിച്, ഊന്നു വടിയൂന്നി നടന്നുപോകുന്ന അർധനഗ്നായ ഈ സാധു മനുഷ്യന്റെ പാട്ടിൽ തന്നെയുണ്ട് തുളുനാടിന്റെ ഭൂമിശാസ്ത്രവും, ഗതകാല ചരിത്രവും.... ആ വടിയടി ശബ്ദത്തിൽ നടന്നു പോകുമ്പോൾ എതിരേ വരുന്ന സവർണ്ണ സമുദായത്തിലെ ഒരു കുട്ടിയെ കണ്ടാൽ പോലും കുനിഞ്ഞു താണുവന്ദിച്ചിരുന്നു ആ മനുഷ്യൻ.... മരണം വരെ ഈ ശീലം അദ്ദേഹം മറന്നിരുന്നില്ല.

1987 ൽ കണ്ണൂർ ജില്ലയിലെ ശാന്തിനഗറിൽ നിന്നും തുളുനാട്ടിലേക്ക് എന്റെ കുടുംബം കുടിയേറുമ്പോൾ ഞാനൊരു എട്ടാം ക്ലാസുകാരൻ. മുള്ളേരിയയിലെ സ്കൂളിലേക്ക് പറിച്ച നടുമ്പോഴുള്ള കാഴ്ചകളേറെയായിരുന്നു. ക്ലാസിലെ കുട്ടികളുടെ വിഭിന്നങ്ങളായ പേരുകൾ അതിലൊന്നായിരുന്നു. ദൈവങ്ങളുടെ പേരുകൾക്കൊപ്പം ഇതുവരെ കേൾക്കാത്ത കൗതുകമുണർത്തുന്ന മറ്റു പേരുകളുണ്ടായിരുന്നു.

അക്കാലത്ത് വീടിനടുത്ത് നല്ല ആരോഗ്യമുള്ള ഒരു ചെറുപ്പക്കാരനുണ്ടായിരുന്നു ചന്ദ്രു. ഒരു ജന്മിയുടെ വീട്ടിലായിരുന്നു ചന്ദ്രുവിന്റെ ജോലി. വെളുപ്പിനെ പോകുന്ന ചന്ദ്രു തിരിച്ചെത്തുന്നത് സന്ധ്യയ്ക്ക്. ചന്ദ്രുവിന്റെ ഒരു ദിവസത്തെ കൂലി 6 രൂപ. രാവിലെ മുതൽ രാത്രിയിലേക്ക് നീളുന്ന കഠിനജോലികൾക്കൊടുവിൽ ഒരു ചാക്ക് കരിയിലയുമായിട്ടാണ് ചന്ദ്രു മടങ്ങിയെത്തുക. ജന്മി നോക്കാൻ ഏൽപ്പിച്ച പശുവിന്റെ ചാണകവും കരിയിലയും ചേർത്ത് വളമാക്കണം. കൊട്ട ഒന്നിന് 4 രൂപ കിട്ടുമായിരുന്നുവെങ്കിലും ചന്ദ്രുവിന് അത് കിട്ടിയിരുന്നില്ല. വളം പൂർണ്ണമായും ജന്മിക്ക് നൽകണമായിരുന്നു. ഇയാൾ എന്തെങ്കിലും കൊടുത്താലായി.

വല്ല്യപ്പന്റെ മരണം മറ്റൊരു തിരിച്ചറിവായിരുന്നു. മനുഷ്യ സ്നേഹികളായ വിരലിലെണ്ണാവുന്ന ഏതാനും പേരൊഴികെ മറ്റാരും മരണം നടന്ന വീട്ടിലേക്ക് വന്നതേയില്ല. ഇവിടെ ഇങ്ങനെയായിരുന്നു. സ്വജാതിയിൽപ്പെട്ടവരല്ലെങ്കിൽ മരണവീട്ടിലേക്ക് ആരും വരില്ല. ജാതി പോയിട്ട് മതം തന്നെ വേറെയാണെങ്കിൽ പിന്നെ പറയാനുണ്ടോ?.

സവർണ്ണന്റെ ഭൂമിയിൽ കയറിയാൽ ആ ഭൂമി എന്തോ വിശുദ്ധമായതാണെന്ന് കരുതി ഭൂമിയെ തൊട്ടു വന്ദിക്കുന്നവർ ബ്രാഹ്മണൻ പാചകം ചെയ്യാത്ത ഭക്ഷണം നിക്ഷിദ്ധമാണെന്ന് കണ്ട് കല്ല്യാണ ചടങ്ങിൽ പങ്കെടുക്കാത്തവർ, അങ്ങനെ സവർണ്ണ ആധിപത്യം സമസ്ത മേഖലകളിലും വ്യാപരിച്ചായിടമായിരുന്നു ഈ ഗ്രാമങ്ങളൊക്കെയും.

16-ാം നൂറ്റാണ്ടിന്റെ ഉത്തരാർധത്തിൽ ഇക്കേരി നായ്ക്കൻമാർക്കൊപ്പം വിജയനഗരത്തിൽ നിന്നും കുടിയേറിയ സവർണ്ണ ജൻമിമാരും, തുളുനാട്ടിൽ പരമ്പരാഗതമായി നിലയുറപ്പിച്ച തദ്ദേശിയ സവർണ്ണ വിഭാഗവും ചേർന്ന് ഭൂമിയുടെയും സമൂഹത്തിന്റെയും നിയന്ത്രണം ഏറ്റെടുക്കുകയായിരുന്നു. തുളുനാട്ടിലെ ജാതി സമൂഹങ്ങൾ തൊഴിലാളികളായ ജൻമിമാരുടെ തോട്ടങ്ങളിലേയും കൃഷിയിടങ്ങളിലേയും പണിക്കാരായി കൊറഗ പോലുള്ള ആദിമ നിവാസികളുടെ ഭൂമികൾ തട്ടിയെടുത്ത് അവരെ കോളനി വൽക്കരിച്ച് ജീവിതത്തിന്റെ പിൻനിരയിലേക്ക് തള്ളിവിട്ടു.

എൻഡോസൾഫാൻ ദുരിതം വിതച്ച ഗ്രാമങ്ങളിലേക്ക്, രോഗബാധിതരായവരുടെ ജീവിതത്തിൽ കാരുണ്യ പ്രവർത്തനമെത്തിക്കാനുമായുള്ള പ്രവർത്തനങ്ങളിലും, എൻഡോസൾഫാൻ ദുരിതബാധിതരുടെ അവകാശങ്ങൾക്കുവേണ്ടിയുള്ള പോരാട്ടങ്ങളിലും പങ്കെടുക്കുമ്പോഴാണ് ഈ ഗ്രാമങ്ങളെയും, മനുഷ്യരെയും അടുത്തറിയാനായത്. കലാന്തരത്തിൽ അവരിൽ ചിലർ എന്റെ സഖാക്കളായി.

അങ്ങനെയാണ് ഞാൻ പൊസൊളിഗെയിൽ എത്തിപ്പെട്ടത്. പൊസൊളിഗെ സമരത്തിലേക്ക്. ആ വഴിയേ നിങ്ങളേയും കൂട്ടികൊണ്ട് പോകാനുള്ള ഒരു എളിയ ശ്രമമാണ് ഈ പുസ്തകം.

അവതാരിക

ഡോ. ബിജു

പൊസൊളിഗെയുടെ സമരചരിത്രം കേരളത്തിന്റെ സമകാലീന സാമൂഹികവ്യവസ്ഥയിൽ ഏറെ പ്രാധാന്യം അർഹിക്കുന്ന ഒന്നാണ്. ജാതിവ്യവസ്ഥയുടെ ഉച്ചനീചത്വങ്ങളുടെ നീക്കിയിരിപ്പുകൾ ഇപ്പോഴും തുടരുകയും വഴി നടക്കാൻ പോലും അവകാശമില്ലാത്തവരായി ഒരുജനതയെ ഇപ്പോഴും മാറ്റിനിർത്തുകയും ചെയ്യുക എന്നത് ഒരു പക്ഷേ കേരളത്തിലെ ചിലർക്കെങ്കിലും വിശ്വസിക്കാൻ പ്രയാസം ഉണ്ടാകാം. പൊസൊളിഗെ കോളനിയിലെ പട്ടികജാതിക്കാരായ കുടുംബങ്ങൾക്ക് വഴി നടക്കാൻ അനുവാദം നൽകാതെ പൊതുനിരത്ത് അനധികൃതമായി കൈവശം വെച്ച് വർഷങ്ങളോളം ഒരു ജനതയുടെ അവകാശങ്ങളെ ഇല്ലായ്മ ചെയ്യുന്നതിനു എതിരായുള്ള ഐതിഹാസികമായ സമരം ആയിരുന്നു പൊസൊളിഗെ സമരം. കമ്യൂണിസ്റ്റ് മാർക്സിസ്റ്റ് പാർട്ടി ഒരു ജനതയോടൊപ്പം ചേർന്ന് നിന്ന് ജനകീയമായ സമരമാർഗ്ഗങ്ങളിലൂടെ നീണ്ട പോരാട്ടം നടത്തി വിജയിപ്പിച്ച ഒരു സമരം. ദളിത് വിഭാഗത്തിൽപെട്ട ഒരുകൂട്ടം ആളുകൾക്ക് സ്വതന്ത്രമായി സഞ്ചരിക്കാനുള്ള അവരുടെ അവകാശം നേടിക്കൊടുത്ത വഴിവെട്ടു സമരം. വഴി എന്നത് കേവലം സഞ്ചരിക്കാനുള്ള ഒരു വഴി മാത്രമല്ല. വഴി എന്നത് ഒരു ജനതയുടെ സ്വതന്ത്രമായ ജീവിതത്തിന്റെ അടയാളവും അവകാശവും ആത്മാഭിമാനവും കൂടിയാണ്. ജാതിയുടെ

തൊട്ടുകൂടായ്മയിൽ വഴി നടക്കാനുള്ള സ്വാതന്ത്ര്യം പോലും നിഷേധിക്കുക എന്നത് ചാതുർവർണ്യത്തിന്റെ പുതു രീതി ആണ്. ഇതിനെതിരെയുള്ള ഐതിഹാസികമായ ചെറുത്തുനിൽപ് ആയിരുന്നു പൊസൊളിഗെ സമരം. ഹൈന്ദവ ഫാസിസത്തിന്റെ കടന്നുവരവ് കേരളത്തിൽ പോലും നാം നേടിയ പുരോഗമന മുന്നേറ്റങ്ങളെ പിന്നോട്ട് നയിക്കുന്ന തരത്തിൽ വലിയ ഒരു പ്രതിലോമശക്തിയായി മാറി തുടങ്ങി എന്നത് വസ്തുതയാണ്. ഉച്ചനീചത്വങ്ങളും സവർണ്ണ മേൽക്കോയ്മയും തിരികെ കൊണ്ടുവരാനും ജനങ്ങളെ ജാതീയമായി ഭിന്നിപ്പിക്കുവാനുമുള്ള ആസൂത്രിതമായ ശ്രമങ്ങൾ വർദ്ധിച്ചു വരികയാണ്.

ഇടത്പക്ഷ പ്രസ്ഥാനങ്ങൾ ഇതിനെ ചെറുക്കുന്നതിനായി കൂടുതൽ ജാഗ്രത പുലർത്തേണ്ട സാഹചര്യമാണ്. പൊസൊളിഗെ സമരം പോലെയുള്ള സാഹചര്യങ്ങൾ ഇത്തരമൊരു സ്ഥിതിവിശേഷം നേരിടാൻ നമ്മളെ കൂടുതൽ സജ്ജരാക്കുന്നുണ്ട്. സിജിമാത്യു പൊസൊളിഗെ സമരത്തിന്റെ നാൾ വഴികളിൽ മുഴുവൻ ഒപ്പം സഞ്ചരിച്ച ഒരാളാണ്. പാർട്ടിയുടെ സമരപോരാട്ടങ്ങൾ ജനകീയമായി കോർത്തിണക്കി പൊസൊളിഗെയിലെ കോളനിവാസികൾക്ക് സ്വാതന്ത്ര്യത്തിന്റെയും ആത്മാഭിമാനത്തിന്റെയും വഴി വെട്ടിക്കൊടുത്തതിൽ മുന്നിട്ടിറങ്ങിയ സഖാവാണ്. പൊസൊളിഗെ വഴിവെട്ടിന്റെ സമരചരിത്രം സിജിമാത്യു പുസ്തക രൂപത്തിൽ പ്രസിദ്ധീകരിക്കുന്നത് വലിയ സന്തോഷം നൽകുന്ന ഒന്നാണ്. അടിച്ചമർത്തപ്പെട്ട ഒരു ജനത, ജാതീയമായി മാറ്റി നിർത്തപ്പെട്ട ഒരു ജനത, അവരുടെ വഴി നടക്കാനുള്ള അവകാശം വർഷങ്ങൾ നീണ്ട പോരാട്ടത്തിലൂടെ തിരിച്ചു പിടിച്ചതിന്റെ ചരിത്രം ആണിത്. കമ്യൂണിസ്റ്റ് പാർട്ടി അടിസ്ഥാന ജനവിഭാഗങ്ങളുടെ ഒപ്പം ചേർന്ന് പോരാട്ടം നടത്തുന്നതിന്റെ ആവേശോജ്വലമായ ചരിത്രം ആണിത്. കേരളം വായിക്കപ്പെടേണ്ട ഒരു സമര ചരിത്രം. സവർണ്ണ ഹൈന്ദവത പിടിമുറുക്കുന്ന ഇക്കാലത്തു നിർബന്ധമായും നമ്മൾ അറിഞ്ഞിരിക്കേണ്ട സമരചരിത്രം ആണിത്.

ഉള്ളടക്കം

1
ബസ്തി

1998 ജൂലൈ മാസം നല്ല മഴയുള്ള ഒരു വൈകുന്നേരം. ബെള്ളൂർ പഞ്ചായത്തിലെ ബസ്തി എന്ന ഗ്രാമത്തിൽ പാർട്ടിയുടെ ബ്രാഞ്ച് യോഗത്തിൽ പങ്കെടുക്കുന്നതിനാണ് ഞാൻ എത്തിയത്.

യുവജന സംഘടനാ പ്രവർത്തനത്തിനിടയിലാണ് പാർട്ടി ഏരിയാ കമ്മിറ്റി അംഗമായ എന്നെ ബെള്ളൂർ പഞ്ചായത്തിലെ പാർട്ടിയുടെ ചുമതല ഏൽപ്പിക്കുന്നത്. ചന്ദ്രഗിരി പുഴയുടെ വടക്ക്, കമ്മ്യൂണിസ്റ്റ് പാർട്ടിക്ക് താരതമ്യേന സ്വാധീനം കുറഞ്ഞ പ്രദേശങ്ങളാണ്. ഇതിൽ തന്നെ ഏറെ പിന്നോക്കം നിൽക്കുന്ന പ്രദേശങ്ങളും പാർട്ടിയുടെ സാന്നിദ്ധ്യം അത്രയൊന്നും അനുഭവപ്പെടാത്ത മേഖലയുമായിരുന്നു ബെള്ളൂർ പഞ്ചായത്ത്. ഒരു പഞ്ചായത്തിലാകെ പ്രവർത്തിക്കുന്ന ലോക്കൽ കമ്മിറ്റിക്ക് കീഴിൽ അന്ന് നാല് ബ്രാഞ്ചുകൾ മാത്രം. ഇതിലൊരു ബ്രാഞ്ചായിരുന്നു ബസ്തി.

ആര്യ സംസ്ക്കാരത്തിന്റെ കടന്നു കയറ്റത്തിന് മുമ്പ് തന്നെ തുളുനാടിന്റെ ഭാഗമായിരുന്ന ഈ പ്രദേശങ്ങളിൽ ജൈനമത വിശ്വാസവും അതിന്റെ സ്വാധീനവുമുണ്ടായിരുന്നു. ഇതിൽ നിന്നും ഉൽഭവിച്ച പേരായിരുന്നു ബസ്തി. (ജൈനമത വിശ്വാസികൾ ഒന്നിച്ച് താമസിക്കുന്ന പ്രദേശത്തെയാണ് ബസ്തി എന്ന് പറഞ്ഞിരുന്നത്.)

ബസ്തി ബ്രാഞ്ച് യോഗത്തിൽ പങ്കെടുക്കുന്നതിനാണ് ബ്രാഞ്ച് സെക്രട്ടറിയായിരുന്ന ഭട്ട്യപ്പ പൂജാരിയുടെ വീട്ടിൽ എത്തുന്നത്. ബ്രാഞ്ച് യോഗം

ആരംഭിച്ച് ഏറെ കഴിയുന്നതിന് മുമ്പ് രണ്ട് ചെറുപ്പക്കാർ ഓടിക്കിതച്ച് വീട്ടിലെത്തി. അവരുടെ പെരുമാറ്റത്തിലും മുഖഭാവങ്ങളിലുമെല്ലാം എന്തോ ഒരു ആശങ്ക നിഴലിക്കുന്നുണ്ടായിരുന്നു. തുളുവിലായിരുന്നു അവരുടെ സംസാരം. അവരിലൊരാൾ സഖാവിനോട് ആവശ്യപ്പെട്ടു 'ബഞ്ചിനാളെ കൊണ്ടുപോയറാ കുർസി ബോഡു'

എന്തായാലും വളരെ ഗൗരവമുള്ള വിഷയമാണെന്ന് സംസാരത്തിൽനിന്ന് വ്യക്തമായി. യോഗം നടക്കുന്ന വീട്ടിൽ ഉണ്ടായിരുന്ന ഒരു മരകസേര ഈ ചെറുപ്പക്കാരുടെ കൈയ്യിൽ കൊടുക്കുകയും കസേരയുമായി അവർ വന്നതിനെക്കാൾ വേഗതയിൽ തിരിച്ചു പോവുകയും ചെയ്തു.

യോഗത്തിന് ശേഷം നാട്ടക്കല്ലിലേക്കുള്ള യാത്രയിൽ ടോർച്ചും, കുടയുമെടുത്ത് ഭട്ട്യപ്പണ്ണനും കൂടെ കൂടി. ഭട്ട്യപ്പസഖാവ് തുളുക്കാരനാണെങ്കിലും അത്യാവശ്യം മലയാളം സംസാരിക്കാനറിയാം. നടത്തത്തിനിടയിൽ നേരത്തെ ആ ചെറുപ്പക്കാർ വന്ന കാര്യവും അവരുടെ തുളു സംഭാഷണത്തിന്റെ വിശദാംശങ്ങളും അദ്ദേഹത്തോടു ചോദിച്ചറിഞ്ഞു.

ഏതാണ്ട് രണ്ട് കിലോമീറ്റർ ദൂരെയുള്ള തോട്ടത്ത്മൂല കോളനിയിൽ നിന്നാണ് അവർ വരുന്നതെന്നും കോളനിയിലെ ഗർഭിണിയായ ഒരു യുവതിക്ക് പ്രസവവേദന ആരംഭിച്ചുവെന്നും അവരെ കൊണ്ടുപോകുന്ന തിനാണ് കസേരക്ക് വന്നതെന്നുമായിരുന്നു ഭട്ട്യപ്പ സഖാവിന്റെ മറുപടി. കോളനിയിലേക്ക് വണ്ടി പോകില്ലേ എന്നായി എന്റെ സംശയം. മഴ നനഞ്ഞുള്ള നടത്തത്തിനിടയിലാണ് പൊസൊളിഗെ തോട്ടത്തുമൂല കോളനിയിലെ ജനങ്ങൾ അനുഭവിക്കുന്ന ദുരിത ജീവിതത്തിന്റെ നേർ ചിത്രം സഖാവ് ഭട്ട്യപ്പ പൂജാരി വിവരിച്ചുതന്നത്.

എല്ലാം കേട്ടു കഴിഞ്ഞപ്പോൾ, നമുക്ക് ആ കോളനിയിലേക്ക് പോയാലോ എന്നായി ഞാൻ. സഖാവ് റെഡി. അങ്ങനെയാണ് ഞങ്ങൾ ഭട്ട്യപ്പണ്ണന്റെ പഴയ എവറഡി ടോർച്ചിന്റെ അരണ്ട വെളി ച്ചത്തിൽ കോളനിയിലേക്കുള്ള മല കയറാൻ തുടങ്ങിയത്.. പോകുന്ന വഴിക്ക് റോഡെന്ന് പറയാമെങ്കിലും അക്ഷരാർത്ഥത്തിൽ റോഡിന്റെ അസ്ഥികൂടമായിരുന്നു. സാമാന്യം വീതിയുള്ള റോഡിൽ വെള്ളത്തിന്റെ കുത്തൊഴുക്കിൽ നിരവധി കിടങ്ങുകൾ തന്നെ രൂപപ്പെട്ടിരിക്കുന്നു. നടന്നു പോകാൻ പോലും കഴിയാത്ത ദുർഘട പാത. ഈ വഴിയാണ് ആദിവാസികളും അടിസ്ഥാന വിഭാഗങ്ങളുമായ നൂറോളം കുടുംബങ്ങൾ ക്ക് പുറം ലോകവുമായി ബന്ധപ്പെടുന്നതിനുള്ള ഏക മാർഗ്ഗം.

ഏതാണ്ട് അരമണിക്കൂറോളമായി ഞങ്ങൾ നടക്കാൻ തുടങ്ങിയിട്ട്. ദൂരെ നിന്നും ഓലച്ചൂട്ടിന്റെ വെളിച്ചം കണ്ടുതുടങ്ങി. നേരത്തെ വന്ന ചെറു പ്പക്കാർ ഉൾപ്പെടെയുള്ളവർ പ്രസവവേദനയിൽ പുളയുന്ന യുവതിയെ മരക്കസേരയിൽ ഇരുത്തി കൊണ്ടുവരികയാണ്. ഞങ്ങളും അവർക്ക് ഒപ്പം കൂടി. വാഹനം ഉള്ള നാട്ടക്കൽ ടൗണിനെ ലക്ഷ്യമാക്കി നടന്നു. അത് ഏതാണ്ട് രണ്ട് കിലോമീറ്ററോളം വരും.

പുതിയൊരു കുരുന്നിന്റെ പിറവിയുടെ പ്രതീക്ഷയോടെ അവർ നാട്ടക്കലിൽ നിന്ന് ജീപ്പിൽ കാസർകോട്ടെ ആശുപത്രിയിലേക്ക് യാത്രയായി.

പൊസൊളിഗെയുടെ ദുരിതങ്ങൾക്കറുതി വരുന്ന ദിനം പിറക്കുമെന്ന പ്രതീക്ഷയിൽ ഞങ്ങളും.

2
ജീവിതം സംസ്കാരം

കഴിഞ്ഞ നൂറ്റാണ്ടിന്റെ ആദ്യ ദശകങ്ങളിൽ തിരുവിതാംകൂറിലും, കൊച്ചിയിലും മലബാറിലും ഉൾപ്പെടെ ജൻമിത്വത്തിനും ജാതി മേധാവിത്വത്തിനും അയിത്തമടക്കമുള്ള അനാചാരങ്ങൾക്കുമെതിരെ നടന്ന നവോത്ഥാനമുന്നേറ്റങ്ങളും വഴി നടക്കുന്നതിനും, ആരാധനാലയങ്ങളിൽ പ്രവേശിക്കുന്നതിനുമുൾപ്പെടെയുള്ള സമരങ്ങളും അതിന്റെ സന്ദേശങ്ങളും, അത്രയൊന്നും തുളുനാട്ടിൽ സ്വാധീനം ചെലുത്തിയിരുന്നില്ല.

തുളുനാടിന്റെ ഭാഷയും സംസ്കാരവും ജീവിതരീതികളുമെല്ലാം ഇതിന് വിഘാതമായി നിന്നിട്ടുണ്ടാവാം. ഇരുപതാം നൂറ്റാണ്ടിന്റെ ആദ്യ ദശകങ്ങളിൽ തെക്കൻ കേരളത്തിൽ നിലനിന്നിരുന്ന പല ആചാരങ്ങളും അനാചാരങ്ങളും ജീവിതരീതികളുമെല്ലാം ഇപ്പൊഴും തുടരുന്നയിടങ്ങൾ ഇവിടെയുണ്ട്.

തുളുനാട്ടിൽ ജാതികൾക്കും ഉപജാതികൾക്കും ഇടയിൽ നിലനിൽക്കുന്ന ആചാര അനാചാരങ്ങൾ വളരെ വിചിത്രമാണ്. മിത്തുകളും കേട്ടുകേൾവികളും സവർണനൊരുക്കുന്ന തന്ത്രപരമായ വിധികല്പനകളും ഇവരുടെ ജീവിത ക്രമത്തിന്റെ ഭാഗമാകാറുണ്ട്. വിശ്വാസത്തിന്റെ പേരിൽ കാലങ്ങളായി ചൂഷണത്തിന് വിധേയരായികൊണ്ടിരിക്കുന്ന മനുഷ്യരുടെ ചില തിരിച്ചറിവുകൾ തുടങ്ങുന്നത് ദേശിയ തൊഴിലുറപ്പ് പദ്ധതി വന്നതിന് ശേഷമാണെന്ന് പറയാം. പദ്ധതി നിലവിൽ വന്ന

2010 കാലത്ത് പുരുഷൻമാർക്ക് 60 രൂപയും ഉച്ചകഞ്ഞിയും സ്ത്രീകൾക്ക് 30 രൂപയുമായിരുന്നു കൂലി. തൊഴിലുറപ്പ് പദ്ധതി നിലവിൽ വന്നതിന് ശേഷമാണ് തങ്ങൾക്ക് 110 രൂപ മിനിമം കൂലി ഉണ്ടെന്ന് പോലും തിരിച്ചറിയുന്നത്.

തൊഴിലുറപ്പ് പദ്ധതിയെ ഭൂവുടമകൾ സംഘടിച്ച് പരാജയപ്പെടുത്താനും ശ്രമമുണ്ടായി. തൊഴിലാളികൾക്കിടയിൽ ഇതൊരു സ്ഥിരം സംവിധാനമാകില്ലന്നും ഇനി തൊഴിൽ തേടി വന്നേക്കരുത് എന്ന രീതിയിലുള്ള പ്രചരണവും ഭീഷണിയും മുഴക്കിക്കൊണ്ടിരുന്നു. ജൻമിമാർ ഇതിനും കുറ്റം ചാർത്തിയത് സി.പി.ഐ.(എം)ന് നേരെയായിരുന്നു. ഈ പദ്ധതിമൂലം തൊഴിൽ ഒരു ഔദാര്യമല്ല അവകാശമാണെന്ന ധാരണ തൊഴിലാളികൾക്കിടയിൽ വന്നു തുടങ്ങിയിരുന്നു.

ഭൂവുടമകളായ സവർണ്ണർക്കും തൊഴിലാളികളായ അവർണർക്കും ഇടയിലുള്ള അന്തരം അവരുടെ പേരുകളിൽ പോലും പ്രകടമായിരുന്നു. ഉന്നത കുലജാതിക്കാർക്കിടയിൽ ദൈവങ്ങളുടെയും മഹാൻമാരുടെയും പേരുകൾഉള്ളപ്പോൾ ജാതിശ്രേണിയിൽ താഴെയുള്ളവർക്ക് അവർക്ക് ഇഷ്ടമുള്ള പേരിടാൻ പോലും വിലക്കുണ്ടായിരുന്നു. മൻചൻ, ചപ്പില, കൊറഗൻ, കൊറപ്പാളു, ചനിയൻ, ചനിയാറു, പൊക്കൻ, ബൈരൻ, കരിയൻ, ബെള്ളു, അയിത്തൻ എന്നിങ്ങനെയുള്ള പേരുകളെ പാട്ടുണ്ടായിരുന്നുള്ളു.

പൊസൊളിഗെ സമരത്തിന്റെ മുൻ നിരയിലുണ്ടായിരുന്ന നീലയുടെ പേരിലുമുണ്ടായിരുന്നു ഇതുമായി ബന്ധപ്പെട്ടൊരു കഥ. നീലയുടെ അച്ഛൻ മൻചൻ,(മനുഷ്യൻ) നീലയ്ക്ക് ലീല എന്നായിരുന്നു പേര് വിളിച്ചത്. ലീല എന്ന പേര് ഉയർന്ന ജാതിക്കാർ ഉപയോഗിക്കുന്നതാണെന്നും അതുകൊണ്ട് കറുപ്പിനോട് സാദൃശ്യം വരുന്ന നീല എന്നാവട്ടെ ഇവളുടെ പേര് എന്നും നിർദ്ദേശിച്ചത്, മൻചൻ ജോലിക്ക് പോകുന്ന ധനികരുടെ ഭാര്യയായിരുന്നത്രെ!.

നല്ലൊരു പേരിടാനോ നല്ല രീതിയിലൊരു ഭക്ഷണം കഴിക്കാനോ, നല്ല വസ്ത്രങ്ങൾ അണിയാനോ ജാതി വിലക്കുള്ള ദേശങ്ങൾ അടുത്ത കാലം വരെ ഇവിടെ ഉണ്ടായിരുന്നുവെന്ന് പലർക്കും ഒരു അതിശയമായി തോന്നാം.

ജാതിശ്രേണി ബന്ധമായ സമൂഹ്യവ്യവസ്ഥയ്ക്ക് ഏറെ പ്രാധാന്യമുള്ള തുളുനാടൻ ഗ്രാമങ്ങളിൽ അടിസ്ഥാനവിഭാഗത്തിൽപ്പെടുന്നവർക്ക് ഇപ്പോഴും പല നിലകളിൽ വിലക്കുകൾ നേരിടേണ്ടി വരുന്നുവെന്നത് വസ്തുതയാണ്. കൂലിതൊഴിലാളികളായ ഇവർ ജോലിക്ക് പോയിരുന്നത് പ്രാദേശികമായിട്ടുള്ള ജൻമിമാരുടെ പറമ്പുകളിലായിരുന്നു.

സവർണ്ണ ജാതിയിൽപെട്ടവരുടെ പറമ്പുകളിലാണ് ജോലിയെങ്കിലും ജൻമിമാരുടെ വീടുകളിൽ പ്രവേശിക്കാൻ വിലക്കുകളുണ്ടായിരുന്നു ഇപ്പോഴും പട്ടികജാതി, പട്ടികവർഗ്ഗ വിഭാഗങ്ങളിൽ പെടുന്നവരെ വീടുകളിൽ കയറ്റാത്ത സവർണ്ണജാതിക്കാരുണ്ട്.

ഇവർക്ക് ഭക്ഷണം വിളമ്പുന്നതിലും ഈ വിവേചനമുണ്ടായിരുന്നു.. 'ധനികരു' എന്നു വിളിക്കുന്ന ഭൂവുടമകൾ കർഷക തൊഴിലാളികൾക്ക് ഭക്ഷണം വിളമ്പുന്നതിനായി ഉപയോഗിച്ചിരുന്ന മരപലകകൾ ചില വീടുകളിൽ ഇപ്പോഴും അവശേഷിക്കുന്നുണ്ട്. പലകകളിൽ കുഴിയുണ്ടാക്കി അതിൽ തിന്നാൻ കൊടുക്കുന്ന പ്രാകൃതരീതി ഈ അടുത്തകാലം വരെയുണ്ടായിരുന്നുവത്രെ. മരപലകകളിൽ നിന്നും പാളയിലേക്കും - ഇലയിലേക്കും പുരോഗമിച്ചിട്ടുണ്ടെങ്കിലും ഭക്ഷണം വിളമ്പുന്നത് ഇപ്പോഴും മുറ്റത്തിന്റെ അരികിൽ തന്നെയാണ്.

ഒരുകാലത്ത് അംഗൻവാടികളിൽ പോലുമുണ്ടായിരുന്നു ഈ വിവേചനം താഴ്ന്ന സമുദായത്തിൽപ്പെട്ട ടീച്ചറാണ് കുട്ടികൾക്ക് വിദ്യപറഞ്ഞുകൊടുക്കുന്നതെങ്കിൽ ഉയർന്ന ജാതിക്കാർ മക്കളെ അംഗൻവാടികളിലേക്ക് അയക്കാറുണ്ടായിരുന്നില്ല.

കുട്ടികൾക്ക് പോളിയോ കൊടുക്കുന്ന വളണ്ടിയർമാർ താഴ്ന്ന ജാതിക്കാരാണെങ്കിൽ തങ്ങളുടെ മക്കൾക്ക് പോളിയോ വാക്സിൻ പോലും ഇവർ നിഷേധിച്ചതായി ആരോഗ്യപ്രവർത്തകർ സാക്ഷ്യപ്പെടുത്തിയിരുന്നു.

ജാതിഭോജനത്തിനെതിരെ ഒരു നൂറ്റാണ്ടു മുമ്പ് വിവിധ ജാതിക്കാരെ ഒരുമിച്ചിരുത്തി ഭക്ഷണം വിളമ്പി പന്തി ഭോജനം നടത്തിയ കൊടക്കാട് നിന്നും 50-60 കിലോമീറ്റർ മാത്രം അകലെയുള്ള തുളുനാട്ടിലെ ചില ഗ്രാമങ്ങളിലാണ് ഇപ്പോഴും ജാതിയടിസ്ഥാനത്തിൽ ഭക്ഷണം വിളമ്പുന്നത്. സ്വാമി ആനന്ദതീർത്ഥന്റെ നാട്ടിൽ നിന്നും ഏറെയൊന്നും അകലെയല്ലാത്ത ബെള്ളൂരിലും പരിസരഗ്രാമങ്ങളിലും സവർണ്ണ ജന്മിനാടുവാഴിത്തത്തിന്റെ ദുഷിപ്പുകൾ നിലനിൽക്കുന്നുവെന്നതും, ഒരു യാഥാർത്ഥ്യമാണ്. പൊസൊളിഗെയിലെ ജനങ്ങൾക്ക് അനുഭവിക്കേണ്ടിവന്നതും ഇതുതന്നെയായിരുന്നു.

3
പൊസൊളിഗെ

കാസർഗോഡിൽ നിന്നും 32 കിലോമീറ്റർ കിഴക്കോട്ട് സഞ്ചരിച്ചാൽ ബെള്ളൂർ പഞ്ചായത്തിലെത്തും. ഭൂവിസ്തൃതിയിൽ സംസ്ഥാനത്ത് തന്നെ ചെറിയ പഞ്ചായത്തുകളിലൊന്നാണ് ബെള്ളൂർ. പഞ്ചായത്തിന്റെ ഒരു അതിർത്തി കർണ്ണാടക സംസ്ഥാനമാണ്. കേരള പ്ലാന്റേഷൻ കോർപ്പറേഷന്റെ കശുമാവിൻ തോട്ടങ്ങളാൽ ചുറ്റപ്പെട്ട പ്രദേശമാണ് ബെള്ളൂർ. കശുമാവിൻ പൂവിലെ തേയില കൊതുകുകളെ കൊന്നൊടുക്കു ന്നതിനായി ലാഭകൊതിയൻമാരായ ഭരണകൂടം നടത്തിയ വിവേചന രഹിതമായ കീടനാശിനി പ്രയോഗത്തിൽ ദുരിതമനുഭവിക്കുന്ന ഒരു കൂട്ടം മനുഷ്യജന്മങ്ങളുടെ നാട് കൂടിയാണ് ബെള്ളൂർ. തുളുവാണ് മുഖ്യസംസാരഭാഷ. വടക്കൻ കാസർകോട്ടെ മറ്റ സ്കൂളുകളെ പോലെ തന്നെ മലയാളം-കന്നഡ മാധ്യമങ്ങളുണ്ടെങ്കിലും തദ്ദേശവാസികൾ ഭൂരിഭാഗവും കന്നട വിഭാഗത്തിലാണ് പഠിക്കുന്നത്.

തുളുവിനുമേൽ കന്നടആധിപത്യം നേടിയത്. വിജയനഗരസാമ്രാജ്യത്തിന്റെ വരവോട് കൂടിയാണ്. മൂല ദ്രാവിഡ ഭാഷാ കുടുംബത്തിലെ പ്രധാന ഭാഷയാണ് തുളു. 17-ാം നൂറ്റാണ്ടോടുകൂടിയാണ് തുളുവിന് ലിപി ഇല്ലാതായത്. തുളു തോറ്റങ്ങളായ പാഡ്ദണകളും, നിരവധി ഞാറ്റുപാട്ടുകളും, വിവിധ തരത്തിലുള്ള സാഹിത്യ സൃഷ്ടികൾ കൊണ്ടും സമ്പന്നമായിരുന്നു. തുളുഭാഷ. ഇന്ന് ഏഷ്യയിലെ തന്നെ പുരാതന പ്രാകൃത ഗോത്ര സമൂഹമായ കൊറഗരുടെ സംസാരഭാഷകൂടിയാണ് തുളു.

1947 രാജ്യം സ്വാതന്ത്ര്യം നേടിയതിനു ശേഷം ഭാഷ അടിസ്ഥാനത്തിൽ സംസ്ഥാനങ്ങൾ രൂപീകരിക്കുന്ന ഘട്ടത്തിൽ ഇന്നത്തെ കർണ്ണാടകത്തിലുള്ള ഹൊണ്ണാപർ മുതൽ കേരളത്തിലെ ചന്ദ്രഗിരി വരെയുള്ള പ്രദേശങ്ങൾ തുളുനാട് ആയി അറിയപ്പെട്ടിരുന്നു. പക്ഷെ തുളുവിന് വേണ്ടി വാദിക്കാനോ തുളു ഭാഷ സംസാരിക്കുന്നവരുടെ ഒരു സംസ്ഥാനം വേണമെന്ന് പറയാനോ ആരുമുണ്ടായിരുന്നില്ല. കാലാന്തരത്തിൽ തുളുവർ കന്നട ഭാഷയോട് അഭിമുഖ്യം പുലർത്തുകയും തുളുനാട്ടിൽ തന്നെയുള്ള എഴുത്തുകാർ കന്നട-മലയാളം സാഹിത്യകാരൻമാരായി അറിയപ്പെടുകയും ചെയ്തു.

ലിപിയില്ലാതെ തുളുവർ കന്നട പഠിക്കാൻ നിർബന്ധിതരായി എന്നതാണ് യാഥാർത്ഥ്യം. അല്പ്പ രാജഭരണകാലത്ത് ഇറങ്ങിയ പല തുളു ശാസനങ്ങളും ഇന്നും കാണാം അതിൽ പ്രധാനമാണ് അനന്തപുരം ക്ഷേത്രമുറ്റത്തെ തുളു ശാസനം.

ബെള്ളൂർ പഞ്ചായത്തിലെ 8-ാം വാർഡിൽപ്പെടുന്ന പൊസളിഗെയിലേക്ക് നാട്ടക്കൽ- ബസ്തി റോഡിൽ നിന്നും രണ്ടര കിലോമീറ്റർ ദൂരമുണ്ട്. തോട്ടത്തുമൂല, പൊസൊളിഗെ എന്നീ രണ്ട് ഹരിജൻ കോളനികളും ഒരു ആദിവാസി കോളനിയും ഈ ഗ്രാമത്തിലുണ്ട്. 78 കുടുംബങ്ങളാണ് ഇവിടെയുള്ളത്.

പ്ലാന്റേഷൻ കോർപ്പറേഷന്റെ കശുമാവിൻ തോട്ടങ്ങൾ അതിരിടുന്ന ഈ ഗ്രാമത്തിൽ 14 എൻഡോസൾഫാൻ ദുരിധബാധിതരുമുണ്ട്. കോളനിയുടെ മറുഭാഗത്തുള്ള ഭൂമി മുഴുവൻ ഒരു സവർണ്ണ ഭൂവുടമയുടേതാണ്. പലഘട്ടങ്ങളിലായി കോളനി നിവാസികളിൽ നിന്നും കൈക്കലാക്കിയതാണ് ഈ ജൻമിയുടെ പറമ്പിന്റെ നല്ലൊരുഭാഗവും എന്ന് പഴമക്കാർ പറയുന്നു. വസ്തു മുഴുവൻ തങ്ങളുടെ കൈവശമായതോടുകൂടി കോളനിയിലേക്കുള്ള യാത്രാസൗകര്യം ഇവർക്ക് നിഷേധിക്കപ്പെടുകയായിരുന്നു. ഇതിനെ തുടർന്ന് തങ്ങൾക്ക് അവകാശപ്പെട്ട യാത്രാസൗകര്യം നിലനിർത്തുന്നതിനുവേണ്ടി കോളനിയിലെ കുറച്ചാളുകൾ ആരംഭിച്ച ചെറുത്തു നിൽപ്പാണ് പൊസൊളിഗെ സഞ്ചാര സ്വാതന്ത്ര്യത്തിന് വേണ്ടിയുള്ള സമരത്തിന്റെ തുടക്കം.

4
ട്രാക്ടർ റോഡ്

ഒരു കാലത്ത് ബെള്ളൂരിലെ ഗ്രാമങ്ങളും വയലുകളാൽ സമൃദ്ധമായിരുന്നു. പിന്നീടാണ് നെൽകൃഷിയിൽ നിന്ന് കവുങ്ങ് കൃഷിയിലേക്ക് കർഷകർ മാറി തുടങ്ങിയത്. ഏക്കറുകണക്കിന് വരുന്ന വയലുകളിൽ നിലമുഴുന്നതിന് പരമ്പരാഗത രീതിയായ കന്നുപൂട്ട് തന്നെയായിരുന്നു മുഖ്യ ആശ്രയം. ഇതിനിടയിലേക്കാണ് നിലമുഴുന്നത് കുറച്ചുകൂടി വേഗത്തിലാവുന്ന ടില്ലറുകളിലേക്കും പിന്നെ ട്രാക്ടറുകളിലേക്കും കർഷകർ മാറുന്നത്. ഇത്തരത്തിലൊരു ടില്ലർ ആദ്യമായി വാങ്ങിയത് മാലങ്കി തറവാട്ടുകാരായിരുന്നു. ബെള്ളൂരിലെ അനക്കള, ബമ്പുടെ, പമ്പച്ചാൽ, കുളദപാറ,നെട്ടണിഗെ തുടങ്ങിയഗ്രാമങ്ങളിലേക്ക് മാത്രമല്ല. അതിർത്തി കടന്ന് ഈശ്വരമംഗലം, സുള്ള്യപദവ് തുടങ്ങിയ സ്ഥലങ്ങളിലേക്ക് വരെ ടില്ലറുകൾ കൊണ്ടുപോയിരുന്നത് പൊസൊളിഗയിലുള്ള മാലങ്കി തറവാട്ടിൽ നിന്നായിരുന്നു. അതുപോലെ ബെള്ളൂരിൽ നിന്നും ബെള്ളൂരടുക്കം-പൂത്തപ്പലം വഴി മുള്ളേരിയയിലേക്കുള്ള നടപാതയും ഇതുവഴിയായിരുന്നു. ഈ നടപ്പാതടില്ലർ കൊണ്ടുപോകുന്നതിനുവേണ്ടിയാണ്. 1976 ൽ പഞ്ചായത്തംഗങ്ങളായ രമാദേവി, വെങ്കിട്ടരമണ കടമ്പള്ളിത്തായ എന്നിവരുടെ നേതൃത്വത്തിൽ റോഡായി വികസിപ്പിക്കുന്നത്. ഇതിനായി സ്ഥലം വിട്ടുനൽകുന്നതിൽ പൊസൊളിഗെ കോളനിയിലെ മൻചൻ ഉൾപ്പെടെയുള്ളവരുമുണ്ട്. 1982ൽ ഈ പ്രദേശം ഉൾപ്പെടുന്ന വാർഡിൽ ത്യാംപണ്ണഗൗഡ എന്ന കമ്മ്യൂണിസ്റ്റ്കാരൻ പഞ്ചായത്തംഗമായി തെരഞ്ഞെടുക്കപ്പെട്ടു. ഈ സമയത്താണ് ബെള്ളൂർ പഞ്ചായത്ത്

ഭരണസമിതി മഞ്ചേശ്വരം ബ്ലോക്ക് ഡെവലപ്മെന്റ് കമ്മിറ്റിക്ക് ഫുഡ് ഫോർ വർക്ക് പദ്ധതിയിൽപ്പെടുത്തി ഈ റോഡ് വികസിപ്പിക്കണമെന്ന് നിവേദനം കൊടുക്കുന്നത്. തുടർന്ന് മഞ്ചേശ്വരം ബ്ലോക്കിന്റെ നേതൃത്വത്തിൽ റോഡ് അഞ്ച്മീറ്റർ വീതിയിൽ നിർമ്മിക്കുകയും ചെയ്തു. ഇതോടൊപ്പം പഞ്ചായത്തിന്റെ ആസ്തി വികസന രജിസ്റ്ററിൽ ഈ റോഡ് ഉൾപ്പെടുത്തുകയും ചെയ്തിരുന്നു.

5

ഭണ്ഡാര ഘോഷയാത്ര

ബെള്ളൂർ ഗ്രാമത്തിലെ പ്രധാന ക്ഷേത്രങ്ങളിലൊന്നാണ് മുക്കുഞ്ച ധൂമാവതി ദേവി ക്ഷേത്രം. ഈ അമ്പലത്തിലെ വാർഷിക മഹോത്സവത്തിനോടനുബന്ധിച്ച് നടക്കുന്ന പ്രധാന ചടങ്ങാണ് ഭണ്ഡാരഘോഷയാത്ര. ഈ ഭണ്ഡാര ഘോഷയാത്ര ആരംഭിക്കുന്നത് പൊസൊളിഗെ മാലങ്കി തറവാട്ടിൽ നിന്നായിരുന്നു. വലിയ ഘോഷയാത്രയായി കാളവണ്ടിയിലായിരുന്നു ഭണ്ഡാരം കൊണ്ടുവന്നിരുന്നതെന്ന് പ്രായമായവർ പറയുന്നു. ഈ ഘോഷയാത്ര കടന്നു വരുന്നത് മാലങ്കി പൊസൊളിഗെ റോഡിലൂടെയായിരുന്നു. അതുകൊണ്ട് തന്നെ ഗ്രാമവാസികളുടെ വിശ്വാസത്തിന്റെ ഭാഗം കൂടിയാണ് പൊസൊളിഗെ റോഡ്. 1990 കളിൽ ഈ റോഡുമായി ബന്ധപ്പെട്ട് തർക്കങ്ങൾ ഉടലെടുത്തതിനെ തുടർന്ന് ഭണ്ഡാര ഘോഷയാത്ര തന്നെ തടസപ്പെടുന്ന സ്ഥിതിയുണ്ടായി. ഇതിനെ തുടർന്ന്, മറ്റൊരു വഴിയിലൂടെ ഘോഷയാത്ര നടത്തേണ്ടിവന്നത്, ജനങ്ങൾക്കിടയിൽ വലിയ പ്രതിഷേധത്തിനു വഴിയൊരുക്കിയിരുന്നു. 2018 സെപ്റ്റംബർ 30 ന് ഈ റോഡ് നിർമ്മാണം പൂർത്തിയായ രാത്രിയിൽ കുറെ ആളുകൾ ‘നിങ്ങൾക്ക് ദേവിയുടെ അനുഗ്രഹം ഉണ്ടാവുമെന്ന് ‘പറഞ്ഞത് ഇതുകൊണ്ട് കൂടിയായിരിക്കാം.

6
വ്യവഹാരങ്ങൾ

പൊസൊളിഗെ റോഡുമായി ബന്ധപ്പെട്ട് കേസുകളും അതിന്റെ പേരിലുള്ള നിയമ നടപടികളും ഗ്രാമവാസികൾക്ക് ധാരാളം അനുഭവിക്കേണ്ടിവന്നിട്ടുണ്ട്. 1982 ൽ ഫുഡ്ഫോർ വർക്കിലൂടെ വികസിതമായ റോഡ് കയ്യേറാനും തടസ്സപ്പെടുത്താനുമുള്ള ശ്രമങ്ങൾ ഭ്രവ്യടമ ആരംഭിച്ചത് 1987 ലാണ്. ഒരു തടസവുമില്ലാതെ ജനങ്ങൾ യാത്ര ചെയ്തിരുന്ന റോഡ് പെട്ടെന്നൊരു ദിവസം ജന്മി തടസ്സപ്പെടുത്തുകയാണുണ്ടായത്. റോഡ് തടസ്സപ്പെടുത്തിയതിനെതിരെ കാഞ്ഞങ്ങാട് ആർ.ഡി.ഒ കോടതിയിൽ കോളനിക്കാർക്ക് വേണ്ടി രവി എന്നയാൾ ഹർജി കൊടുക്കുകയും, തുടർന്ന് ആർ.ഡി.ഒ കോടതി കമ്മീഷനെ വെച്ച് പഞ്ചായത്തിലെ രേഖകൾ ഉൾപ്പെടെ പരിശോധിക്കുകയും, റോഡ് സന്ദർശിക്കുകയും ചെയ്തു. കമ്മീഷന്റെ റിപ്പോർട്ട് പരിഗണിച്ച് തടസ്സപെടുത്തിയ റോഡ് തുറന്നുകൊടുക്കുന്നതിന് കോടതി ഉത്തരവിടുകയും ചെയ്തു. പൊസൊളിഗെ റോഡുമായി ബന്ധപ്പെട്ട ആദ്യ കോടതി വ്യവഹാരമായിരുന്നു ആർ.ഡി.ഒ കോടതിയിലെ ഈ കേസ്. സാധാരണനിലയിൽ ഇതോടുകൂടി പ്രശ്നങ്ങൾ അവസാനിക്കേണ്ടതായിരുന്നു. എന്നാൽ കോളനിക്കാരുടെ ദുരിത ജീവിതം യഥാർത്ഥത്തിൽ ഇവിടെനിന്നും ആരംഭിക്കുകയാണുണ്ടായത്.

ജൻമി-രാഷ്ട്രീയ ഗൂഢാലോചനയുടെ ഇരകളായി നിസഹായരായ പൊസൊളിഗെക്കാർ രണ്ട് പതിറ്റാണ്ടുകാലം അനുഭവിച്ച സഞ്ചാര സ്വാതന്ത്ര്യനിഷേധത്തിന്റെ ചരിത്രമാണ് പിന്നീടുണ്ടായത്.

കാസർകോട്ടെ അതിർത്തി പഞ്ചായത്തുകൾ പരമ്പരാഗതമായി ജനസംഘത്തിന് ഏറെ സ്വാധീനമുള്ള മേഖലകളായിരുന്നു. ജനങ്ങളുടെ വിശ്വാസവും ആചാരാനുഷ്ഠാനങ്ങളും ജൻമിത്വത്തിൽ അധിഷ്ഠിതമായ സാമൂഹ്യ വ്യവസ്ഥിതിയുമെല്ലാം സംഘ്പരിവാർ രാഷ്ട്രീയത്തിന് വളർന്നു വരാൻ വളക്കൂറുള്ള മണ്ണായി ഇവിടങ്ങൾ മാറുകയായിരുന്നു. ഓരോ ഗ്രാമത്തിലേയും ചില ജൻമി കുടുംബങ്ങളെ കേന്ദ്രീകരിച്ചുള്ള രാഷ്ട്രീയവും, ഇതിന്റെ ഭാഗമായി അവർ പറയുന്നവർക്ക് വോട്ട് ചെയ്യുന്ന ഉത്തരേന്ത്യൻ രീതിയുമൊക്കെ ഇവിടെ കാണാൻ കഴിയും. കർഷക തൊഴിലാളികളും അടിസ്ഥാന ജനവിഭാഗങ്ങളും ഉൾപ്പെടെയുള്ള ജനതയെ സ്വാധീനിക്കുന്ന പല ഘടകങ്ങളും ഇതിലടങ്ങിയിരുന്നു.

അടൂർഗോപാലകൃഷ്ണന്റെ ഭാസ്ക്കരപട്ടേലരുടെയും തൊമ്മിയുടെയും ജീവിതമെഴുതിയ 'വിധേയനിലെ' രാഷ്ട്രീയ ഭൂമിക ബെള്ളൂരിൽ നിന്നും ഏറെ അകലെയല്ലാത്ത ദക്ഷിണ കന്നഡയിലെ പുത്തൂരായിരുന്നുവെന്നതും ഇതിനോട് ചേർത്ത്വായിക്കേണ്ടതാണ്.

ഇവിടെ എന്റെയൊരു അനുഭവം കൂടി പങ്ക്വെക്കുന്നത് ഉചിതമാവും. ഈ പഞ്ചായത്തിൽ തന്നെ കർണ്ണാടകയോട് അതിർത്തി പങ്കിടുന്ന ഒരു പട്ടികജാതി കോളനിയുണ്ട്. ഈ കോളനിയിലെ ഇരുപതോളം വരുന്ന വീടുകളിൽ ഭക്ഷണം പാചകം ചെയ്യാറില്ല.റേഷൻ കാർഡ് എല്ലാ കുടുംബങ്ങൾക്കും ലഭ്യമായിട്ടില്ല. സ്വന്തമായി ഭൂമിയുണ്ടോന്ന് തന്നെ പലർക്കും അറിയില്ല!. ഉള്ളവരുടെ രേഖകൾ തന്നെ അവരുടെ സ്വന്തധനിക്കളുമായ ഭൂവുടമയുടെ കൈവശമാണ്. ഇവർ എന്നും രാവിലെ ജൻമിയുടെ തോട്ടത്തിലേക്ക് പണിക്ക് പോകും, രാവിലെയും, ഉച്ചയ്ക്കും അവർക്കുള്ള ഭക്ഷണം ജൻമിയുടെ വകയാണ്. രാത്രിക്ക് കഴിക്കാനുള്ള കഞ്ഞിയോ, ദോശയോ ഉൾപ്പെടെ എന്തെങ്കിലും ഭക്ഷണം പാത്രത്തിൽ ശേഖരിക്കുകയും ചെയ്യും. അവർ ശീലിച്ചുവന്ന ജീവിതമാണിത്. സർക്കാർ തലത്തിൽ ലഭിക്കുന്ന ഒരു ആനുകൂല്യങ്ങളെ കുറിച്ചും ഇവർക്കാർക്കും വലിയ അറിവില്ല. റേഷൻകാർഡുള്ള ചില കുടുംബങ്ങൾ പോലും റേഷൻ സാധനങ്ങൾ വാങ്ങാറില്ല. അവരുടെ കാർഡിലെ സാധനങ്ങൾ ജൻമിയുടെ കാര്യസ്ഥൻമാർ വാങ്ങിയെത്തിക്കും. എല്ലാം ധനിക്കളിൽ സമർപ്പിതമായ ഒരു ജീവിതരീതി.

മറ്റ് രേഖകളൊന്നുമില്ലെങ്കിലും, ഇവർക്കെല്ലാം വോട്ടുണ്ടെന്നതാണ് മറ്റൊരു പ്രത്യേകത. മറ്റെല്ലാരേഖകളെയും പോലെ ഇവരുടെ വോട്ടേർസ് കാർഡുകളും ജൻമിയുടെ അലമാരയിൽ ഭദ്രം. തെരഞ്ഞെടുപ്പ് ദിവസം ജൻമി ഏർപ്പാടാക്കുന്ന വാഹനത്തിൽ വോട്ട് ചെയ്യാൻ പോകും പ്രതിഫലമായി കുറച്ച് കൈമടക്കം, കുടിക്കാൻ ഇഷ്ടം പോലെ

ചാരായം കിട്ടുകയും ചെയ്യും. ഇത് ഈ കോളനിയിലെമാത്രം അനുഭവം അല്ല. ഇടതുപക്ഷത്തിന് സ്വാധീനമില്ലാത്ത ചില തുളുനാടൻ ഗ്രാമങ്ങളിലെ യഥാർത്ഥ സംഭവങ്ങളാണിത്.

ഈ സാമൂഹ്യ സാഹചര്യത്തിലാണ് ജനങ്ങളോട് പ്രതിബദ്ധതയില്ലാത്ത പ്രദേശിക രാഷ്ട്രീയ നേതൃത്വമായി ജനവിരുദ്ധരായ ഭരണസമിതിയംഗങ്ങൾ തെരഞ്ഞെടുക്കപ്പെടുന്നത്. പൊസൊളിഗയിലെ ജനങ്ങളോട് പഞ്ചായത്ത് ഭരണസമിതി വഞ്ചനകാണിക്കാനുള്ള അടിസ്ഥാന കാരണവും ഇതു തന്നെയാണ്.

1988ൽ ആർ.ഡി.ഒ കോടതി കേസ് തീർപ്പാക്കിയെങ്കിലും ഭൂവുടമ അവിടം കൊണ്ട് നിൽക്കാൻ തയ്യാറായിരുന്നില്ല. ധാരാളം സ്വത്തും ഇഷ്ടം പോലെ പണവുമുള്ള ഇയാൾ 1990ൽ മുൻസിഫ് കോടതിയിൽ ഈ ഗ്രാമവാസികൾക്കെതിരെ കേസ് ഫയൽ ചെയ്തു. രവി, ദാമോദരകുറുപ്പ്, ശങ്കരപ്പാട്ടാളി, ബാബു എച്ച്, ലിങ്കപ്പ തുടങ്ങി 52 കോളനിനിവാസികളെ എതിർകക്ഷികളാക്കിയാണ് സ്ഥലമുടമ കേസ് ഫയൽ ചെയ്തത്.

7
പഞ്ചായത്ത് അധികൃതരുടെ വഞ്ചനയും, പൊസൊളിഗെക്കാരുടെ തോൽവിയും

മുൻസിഫ് കോടതിയിലെ കേസ് രേഖകളുടെയും തെളിവുകളുടെയും അടിസ്ഥാനത്തിൽ സ്വാഭാവികമായും പൊസൊളിഗെക്കാർക്ക് അനുകൂലമാകേണ്ടതാണ്. ഇവിടെയാണ് പൊസൊളിഗ ജനതയ്ക്കെതിരെ കൊടിയ വഞ്ചനയുടെ ഗൂഢാലോചനകൾ പ്രയോഗിച്ച് തുടങ്ങിയത്. കേസ് വിചാരണയ്ക്കിടെ മേൽ അധ്യായത്തിൽ സൂചിപ്പിച്ച തെളിവുകളെല്ലാം പൊസൊളിഗെക്കാർ നിരത്തുകയും ഇവരുടെ വക്കീൽ ഇക്കാര്യങ്ങൾ ചൂണ്ടിക്കാട്ടുകയും ചെയ്തു. എന്നാൽ ഈ പറഞ്ഞതൊക്കെ വസ്തുതകളല്ലായെന്നായിരുന്നു സ്ഥലമുടമയുടെ ഭാഗത്തിന്റെ വാദം. ഈ റോഡ് പഞ്ചായത്തിന്റെ ആസ്തിയിൽപ്പെടുന്നതിനാൽ ഇതിന്റെ തെളിവ് ഹാജരാക്കാൻ കോടതി പഞ്ചായത്തിനോട് അവശ്യപ്പെടുന്നത് ഈ ഘട്ടത്തിലാണ്. എന്നാൽ പഞ്ചായത്ത് അധികൃതർ നൽകിയ മറുപടി ആശ്ചര്യകരമായിരുന്നു!. ഇങ്ങനെ ഒരു റോഡിന്റെ രേഖകൾ ഒന്നും തങ്ങളുടെ കൈവശമില്ലെന്നാണ് പഞ്ചായത്ത് കോടതിയെ അന്ന് അറിയിച്ചത്. ഇതിന്റെ അടിസ്ഥാനത്തിൽ കേസ് ഭൂവുടമയ്ക്ക് അനുകൂലമായി മാറുകയായിരുന്നു. കോടതി വിധി ഇയാൾക്ക് അനുകൂലമായിരുന്നുവെങ്കിലും, കോളനിനിവാസികൾക്ക് സഞ്ചരിക്കുന്നതിനാവശ്യമായ നടപടികൾ സ്വീകരിക്കണമെന്ന് പഞ്ചായത്തിനോട്

കോടതി നിർദ്ദേശിക്കുകയും ചെയ്തിരുന്നു. എന്നാൽ ഈ നിർദ്ദേശം നടപ്പിലാക്കാൻ പഞ്ചായത്ത് ഭരണസമിതി തയ്യാറായിട്ടില്ലായെന്ന താണ് വസ്തുത.

5 വർഷം കൂടുമ്പോൾ ജയിപ്പിച്ചുവിടുന്ന തങ്ങളുടെ ജനപ്രതിനിധികൾ ഇക്കാലത്തിനിടയിൽ ഒരു പ്രാവിശ്യം പോലും ഇവർക്ക് ഒപ്പം നിന്നിരു ന്നില്ലായെന്നതും കാണേണ്ടവസ്തുതയാണ്.

മുൻസിഫ് കോടതിയുടെ വിധിയെ തുടർന്നാണ് പൊസൊ ളിഗെ-തോട്ടത്തുമൂല കോളനി നിവാസികൾക്ക് പൂർണ്ണമായും സഞ്ചാര സ്വാതന്ത്ര്യം നിഷേധിക്കപ്പെട്ടത്. ടാറിട്ടതായിരുന്നില്ലെങ്കിലും എല്ലാവർ ഷവും പഞ്ചായത്തും നാട്ടുകാരും ഈ റോഡ് അറ്റക്കുറ്റപണി നടത്തി നന്നാക്കിയിരുന്നു. അതുകൊണ്ട് ഇതിലൂടെയുള്ള യാത്രയ്ക്ക് ഇതുവരെ തടസമുണ്ടായിരുന്നില്ല. എന്നാൽ പഞ്ചായത്തിന്റെ വഞ്ചനയിൽ കോടതിവിധി ജൻമിക്ക് അനുകൂലമായതോടെ റോഡ് നന്നാക്കാനു ള്ള അവസരം പോലും ഇവർക്ക് നിഷേധിക്കപ്പെട്ടു. 1990 മുതൽ 2008 വരെയുള്ള കാലം ഇതുമായി ബന്ധപ്പെട്ട് നിരവധി കള്ളകേസുകളും പീഡനങ്ങളും കോളനി നിവാസികൾക്ക് അനുഭവിക്കേണ്ടിവന്നു. കാൽ നടയാത്ര പോലും സാധ്യമാകാതെയിരിക്കുന്ന അവസരങ്ങളിൽ ഒരു കുട്ട മണ്ണോ കുറച്ച് കല്ലുകളോ ഇട്ട് റോഡ് നന്നാക്കിയാൽ കോളനിയി ലേക്ക് പോലിസിന്റെ വരവായി. കോടതിയിൽ നിന്ന് തുടർച്ചയായി നോട്ടീസുകൾ വരുന്നതും ഇവരുടെ ജീവിതത്തിന്റെ ഭാഗമായിമാറി അന്നന്നത്തെ അന്നത്തിനുവേണ്ടി കൂലിപണിയെടുത്ത് ജീവിക്കുന്ന ഇവർക്ക് ധനാഢ്യനായ ഭൂവുടമയുടെ പണക്കൊഴുപ്പിനു മുന്നിൽ പിടിച്ചു നിൽക്കാനെ കഴിയുമായിരുന്നില്ല. ഇതിനിടയിലും പഞ്ചായ ത്തു തെരഞ്ഞെടുപ്പും മറ്റു തെരഞ്ഞെടുപ്പുകളും വന്നുകൊണ്ടേയിരുന്നു അപ്പോഴെല്ലാം ഇവർക്കെതിരെയായി നിന്ന രാഷ്ട്രീയ പാർട്ടികൾക്ക് തന്നെ ഇവർ വോട്ട് ചെയ്തു കൊണ്ടേയിരുന്നുവെന്നത് മറ്റൊരു കാര്യം. താമസിയാതെ പൊസൊളിഗെ-മാലങ്കി റോഡ് ജൻമിയുടെ സ്വകാര്യ സ്വത്തായി മാറുകയായിരുന്നു. ഇയാളുടെ ഔദാര്യത്തിൽ ഇതിലൂടെ യാത്ര ചെയ്യുന്നവരായി പൊസൊളിഗെക്കാരും മാറി.

8
പാർട്ടി ഇടപെടുന്നു

2008 ആകുമ്പോഴേക്കും നേരത്തെ സൂചിപ്പിച്ചത് പോലെ പൊസൊളിഗെ- മാലങ്കി റോഡ് ഒരു രൂപം മാത്രമായി മാറിയിരുന്നു. ജീപ്പ് ഉൾപ്പെടെയുള്ള വാഹനങ്ങൾക്കൊന്നും അതുവഴി സഞ്ചരിക്കാൻ കഴിയാത്ത നിലയിൽ റോഡ് പാടെ തകർന്നു. 15 വർഷങ്ങൾക്ക് മുമ്പ് പഞ്ചായത്ത് അനുവദിച്ച കുഴൽ കിണർ കുഴിക്കുന്നതിന് വേണ്ടി വലിയ ലോറി കടന്നുവന്നത് ഈ റോഡിലൂടെയായിരുന്നു. കുഴൽ കിണർ കുഴിച്ചതിനു ശേഷം നാട്ടക്കല്ലിൽ പാർക്ക് ചെയ്തിരുന്ന രണ്ട് ബസുകൾ കഴുകിയിരുന്നത് ഇവിടെ വന്നായിരുന്നുവെത്രെ. ഇതിലൊരു ബസ് രാവിലത്തെ ട്രിപ്പ് ഇവിടെ നിന്നാണ് ആരംഭിച്ചിരുന്നതെന്നും, കാസർകോട് കാർഷിക വികസന തോട്ടത്തിൽ ജോലിക്കു പോയിരുന്നത് ഇവിടെ നിന്ന് തന്നെ ബസ്കയറിയതാണെന്നും പൊസൊളിഗക്കാരായ ലളിതയും, കുസുമയും സാക്ഷ്യപ്പെടുത്തുന്നു. ഇങ്ങനെയുള്ള റോഡാണ് നടന്നു പോകാൻ പോലും കഴിയാത്ത നിലയിലേക്ക് ശോചനീയമായത്.

ഈ പശ്ചാതലത്തിലാണ് പൊസൊളിഗെക്കാരുടെ റോഡ് വിഷയത്തിൽ ഇടപ്പെടുന്നതിന് കമ്മ്യൂണിസ്റ്റ് പാർട്ടിയുടെലോക്കൽ കമ്മിറ്റി തീരുമാനമെടുക്കുന്നത്. തുടർന്ന് പൊസൊളിഗെ ശങ്കരപാട്ടാളിയുടെ വീട്ടിൽ കോളനിക്കാരുടെ ഒരു യോഗം വിളിച്ചു ചേർത്തു. പാർട്ടിയുമായി അതുവരെ അത്രയൊന്നും ബന്ധമില്ലാതിരുന്ന ഈ ഗ്രാമവാസികൾ ഒന്നടങ്കം ഈ യോഗത്തിൽ പങ്കെടുത്തിരുന്നു. യോഗത്തിൽ

ആദ്യമായെടുത്ത തീരുമാനം ഏത് തരത്തിലുള്ള എതിർപ്പുകൾ ഉണ്ടായാലും അടിയന്തിരമായി നാട്ടുകാർ മുന്നിട്ടിറങ്ങി റോഡിന്റെ പണിയെടുത്ത് ഗതാഗതയോഗ്യമാക്കണമെന്നായിരുന്നു. ഈ തീരുമാനമെടുക്കുമ്പോൾ മുമ്പത്തെ അനുഭവം വെച്ച് പലരും പിന്നോട്ട് വലിയാൻ തുടങ്ങി. ഈ യോഗത്തിലുണ്ടായിരുന്ന ഞാനും സ: ദിവാകരേട്ടനും, സ: ബാബുവും ഭട്ട്യപ്പ പൂജാരിയും അടക്കമുള്ളവർ ഞങ്ങൾ മുമ്പിൽ നിൽക്കാം എന്ന് ഉറപ്പ് നൽകിയപ്പോഴാണ് ഇവർ റോഡ് നിർമ്മാണത്തിന് തയ്യാറായത്. യോഗത്തിന്റെ തീരുമാനമനുസരിച്ച്

പിറ്റേ ദിവസം തന്നെ സ്ത്രീകളും കുട്ടികളും ഉൾപ്പെടെയുള്ള കോളനിക്കാരും, മറ്റുള്ളവരും റോഡിന്റെ നിർമ്മാണത്തിനായി രംഗത്തിറങ്ങി. ഏത് നിമിഷവും പോലീസെത്തി പണിതടയുമെന്ന് കരുതിയിരുന്നതിനാൽ അതിന് മുമ്പ് തന്നെ റോഡ് ഗതാഗതയോഗ്യമാക്കണമെന്ന് ഞങ്ങൾ തീരുമാനിച്ചിരുന്നു. പോലീസ് വന്നാൽ കാണുന്ന നിലയിൽ റോഡ് തുടങ്ങുന്നയിടത്ത് ചുവന്ന കൊടി നാട്ടിയായിരുന്നു പണി ആരംഭിച്ചത്.

പ്രതീക്ഷിച്ചത് പോലെ തന്നെ ഏതാണ്ട് 11 മണി ആവുമ്പോഴേക്കും ജൻമിയും, ചില ബി.ജെ.പി നേതാക്കളും കൂടി പോലീസിനെയും കൊണ്ടു വന്നു. തുടക്ക സ്ഥലത്ത് തന്നെ ഞങ്ങൾ പോലീസുമായി സംസാരത്തിലേർപ്പെട്ടു. പോലീസുവന്നാൽ ഞങ്ങൾ നോക്കിക്കൊള്ളാമെന്നും നിങ്ങൾ പണി തുടരണമെന്നും മുമ്പ് തന്നെ ധാരണയുണ്ടായിരുന്നു. വന്ന പോലീസുകാരിൽ എ.എസ്.ഐ ഉൾപ്പെടെയുള്ള ചിലർ മാനസികമായി ഇതിനോട് അനുഭാവമുള്ളവരായിരുന്നു. എന്നാൽ ഭൂവുടമയുടെ കൈയിലുള്ള കോടതിവിധി ഉൾപ്പെടെയുള്ള കടലാസുകെട്ടുകൾക്ക് മുമ്പിൽ അവരും നിസഹായരായിരുന്നു. എന്തായാലും ഞങ്ങൾ മുമ്പ് തീരുമാനിച്ചത് പോലെ റോഡ് പണി ഏതാണ്ട് പൂർത്തിയാക്കി ഗതാഗതയോഗ്യമാക്കിയിരുന്നു. സ്ഥലം കൈയ്യേറിയതിനാൽ ഞങ്ങളെ അറസ്റ്റ് ചെയ്യുമെന്നായി പോലീസ്. അറസ്റ്റിന് വഴങ്ങാൻ ഞങ്ങളും തയ്യാറായി. ഏതാണ്ട് നൂറിലേറെ വരുന്ന സത്രീകളും, കുട്ടികളും പ്രായമായവരും ഉൾപ്പെടെയുള്ളവരെ അറസ്റ്റ് ചെയ്ത് വിവിധ വാഹനങ്ങളിലായി ആദൂർ പോലീസ് സ്റ്റേഷനിലാക്കി. ശങ്കരപാട്ടാളി, ലിങ്കപ്പ, സീതാരാമ, രവി, ഗോപാലൻ, ലളിത, ഭാഗീരഥി, പുഷ്പ ഉൾപ്പെടെ നൂറ്റിമുപ്പതോളം ആളുകളായിരുന്നു പ്രതികളായി ഉണ്ടായിരുന്നത്. സിജിമാത്യു, ടി.എൻ ദിവാകരൻ, ബാബു അനക്കള, ഭട്ട്യപ്പപൂജാരി ഉൾപ്പെടെയുള്ള ഞങ്ങളെയും പ്രതികളാക്കിയിരുന്നു. സ്വകാര്യ വ്യക്തിയുടെ സ്ഥലം കയ്യേറി റോഡ് നിർമ്മിച്ചു എന്നതായിരുന്നു ചാർജ് ചെയ്ത കേസ് സ്റ്റേഷനിൽ നിന്ന് തന്നെ ജാമ്യം ലഭിച്ചതിനാൽ ഞങ്ങളെ കൊണ്ടുവന്ന ജീപ്പുകളിൽ തന്നെ തിരിച്ച് നാട്ടിലേക്ക് എത്താൻ കഴിഞ്ഞു. ഇത്രയധികം ആളുകളുടെ പേരിൽ കേസായെങ്കിലും പൊസൊളിഗെ റോഡുമായി ബന്ധപ്പെട്ട് ആദ്യ സമരം വിജയിച്ചതിന്റെ ചാരിതാർഥ്യത്തിലായിരുന്നു ഞങ്ങൾ.

9
ജാതി വഴികൾ

ആളുകൾ നിർഭയമായി സ്വാതന്ത്ര്യത്തോടെ സഞ്ചരിച്ച കൊണ്ടിരുന്ന ഒരു പൊതുവഴിയെ സ്വന്തമാക്കി സഞ്ചാര സ്വാതന്ത്ര്യം നിഷേധിക്കുന്നതിന് പിന്നിലുണ്ടായിരുന്നത് കേവലം ഭൂമി കൈവശപ്പെടുത്തുകയെന്നതുമാത്രമായിരുന്നില്ല. സാമൂഹിക അനാചാരങ്ങളും അന്ധവിശ്വാസങ്ങളും അയിത്തമുൾപ്പെടെയുള്ള സാമൂഹ്യ തിൻമകളും ഇതിൽ പ്രധാന ഘടകങ്ങളായി പ്രവർത്തിച്ചിട്ടുണ്ട്. 1987ലെ ആർ.ഡി.ഒ കോടതിവിധിക്ക് ശേഷമുള്ള മൂന്ന് വർഷക്കാലം ഈ റോഡിന് മറ്റു കാര്യമായ തടസങ്ങൾ ഒന്നുമുണ്ടായിരുന്നില്ല. ജൻമിയുടെ വീടിന് സമീപത്തുകൂടിയുള്ള റോഡിലൂടെ താഴ്ന്ന ജാതിയിൽപ്പെട്ടവർ സഞ്ചരിക്കുന്നത് വലിയ ദോഷമാണെന്നും മത്സ്യ-മാംസം ഉൾപ്പെടെയുള്ള വർജ്യവസ്തുക്കളുമായി ഇതിലൂടെ കടന്നു പോകുന്നത് ഏറെ ഉപദ്രവങ്ങൾ ഈ കുടുംബത്തിന് ഉണ്ടാക്കുമെന്നുമുള്ള ജോത്സ്യ പ്രവചനമാണത്രെ പതിറ്റാണ്ടുകളായി ഉപയോഗിച്ചു വന്ന വഴി വെട്ടിമൂടുന്നതിന് ഇവരെ പ്രേരിപ്പിച്ചത്. ഈ വഴിയടയ്ക്കുന്നതിന് വിവിധ നിലകളിലുള്ള ഇടപെടലുകളാണ് പിന്നീട് ഉണ്ടായത്. ആർ.ഡി.ഒ കോടതി വിധിക്കെതിരെ കോടതിയിൽ കേസ് ഫയൽ ചെയ്യുന്നതോടൊപ്പം ഈ റോഡ് തന്നെ ഇല്ലാതാക്കാനുള്ള ശ്രമങ്ങളും അവർ ആരംഭിച്ചിരുന്നു. സ്ഥലമുടമയുടെ വീടിന്റെ സമീപത്തുകൂടി പോകുന്ന റോഡിന്റെ അടിവശം മണ്ണുമാന്തി യന്ത്രം ഉപയോഗിച്ച് തുരന്നെടുക്കുകയും മഴപെയ്യുമ്പോൾ റോഡ് തന്നെ ഇടിഞ്ഞു ഇല്ലാതാകുന്ന സ്ഥിതിയിലേക്കും കാര്യങ്ങൾ എത്തി. ഇതിന്റെ

ഫലമായി ലോറിയും ബസുമുൾപ്പെടെ കടന്നു പോയിരുന്ന റോഡിൽ കൂടി ഓട്ടോറിക്ഷയ്ക്ക് പോലും സഞ്ചരിക്കാൻ കഴിയാത്ത വിധം ചെറുതായിപോയി. നിരന്തരമായി നടത്തിയ ഇത്തരം ചെയ്തികൾ കൊണ്ട് ഇതു വഴിയുള്ള സഞ്ചാരം പൂർണ്ണമായി നിഷേധിക്കുന്ന നിലയിലേക്ക് കാര്യങ്ങൾ എത്തിക്കുന്നതിനായിരുന്നു ഇയാളുടെ ശ്രമം. ഇയാൾക്ക് എല്ലാവിധ പിന്തുണയുമായി പഞ്ചായത്ത് ഭരണ സമിതിയും, ഭരണ സമിതിക്ക് നേതൃത്വം നൽകുന്ന പാർട്ടിയും നിലയുറപ്പിച്ചതോടെ പൊസൊളിഗെക്കാരുടെ സഞ്ചാര സ്വാതന്ത്ര്യം എന്നന്നേക്കുമായി നിഷേധിക്കപ്പെടുന്ന നിലയിലേക്കാണ് കാര്യങ്ങൾ എത്തിയത്. ഇതിനിടയിൽ ഇവരുടെ കണ്ണിൽ പൊടിയിടുന്നതിന് ചില ഒത്തു തീർപ്പ് പ്രഹസന ചർച്ചകളും നടന്നിരുന്നുവത്രെ! പ്രാദേശിക രാഷ്ട്രീയ നേതൃത്വം ജന്മിയുടെ താൽപര്യങ്ങൾക്ക് അനുസരിച്ച് നടത്തിയതായിരുന്നു ഇത്തരം ചർച്ചകളെല്ലാം. ഇതിലെല്ലാം ഉയർന്നു വന്ന പ്രധാന നിർദ്ദേശം. നിലവിലുള്ള സ്ഥലത്ത് കൂടിയുള്ള റോഡ് എന്ന ആവശ്യത്തിൽ നിന്നും പിൻമാറണമെന്നായിരുന്നു. പകരം ഒരിക്കലും പ്രാവർത്തികമാക്കാൻ സാധ്യതയില്ലാത്ത റോഡിനായുള്ള വാഗ്ദാനവും.

പൊസൊളിഗെക്കാരുടെ പ്രശ്നത്തിൽ പാർട്ടി ഇടപ്പെട്ടതിന് ശേഷം പ്രശ്ന പരിഹാരത്തിനായി ചില അനുരഞ്ജന ചർച്ചകൾക്ക് ശ്രമങ്ങൾ നടത്തിയിരുന്നു. സ്ഥലം ഉടമയുമായി പ്രശ്ന പരിഹാരത്തിനായി നിരവധി തവണയാണ് ചർച്ചകൾ നടത്തിയത്. ഇദ്ദേഹത്തെ വിശ്വാസത്തിലെടുത്ത് പൊസൊളിഗെയിലെ പാവങ്ങൾക്ക് അസൗകര്യമുണ്ടാകാത്ത നിലയിൽ ഏക്കറുകളോളം വിസ്തൃതിയുള്ള ഭൂമിയുടെ മറ്റൊരുഭാഗത്തുകൂടി റോഡ് നിർമ്മിക്കാമെന്നും ഇതുവഴി ഇയാളുടെ വീടിനു സമീപത്ത് കൂടിയുള്ള വഴിയെന്ന പ്രശ്നം പരിഹരിക്കാമെന്ന നിർദ്ദേശവും പാർട്ടി മുന്നോട്ടു വെച്ചു. എന്നാൽ ഇത്തരം നിർദ്ദേശങ്ങളോടൊന്നും അനുകൂലമായ നിലയിലായിരുന്നില്ല ഭൂവുടമയുടെ സമീപനം. ഒരു ഘട്ടത്തിൽ കേസ് തീർക്കുന്നതിനായി പോലീസിന്റെ ഭാഗത്തു നിന്നും ഇടപെടലുകളുണ്ടായി. അന്ന് ആദൂർ സർക്കിൾ ഇൻസ്പെക്ടറായിരുന്ന ശ്രീ.കെ.വി വേണുഗോപാലന്റെ നേതൃത്വത്തിൽ സ്ഥലമുടമയുടെയും, പൊസൊളിഗെക്കാരുടെയും രാഷ്ട്രീയ പാർട്ടി പ്രതിനിധികളുടെയും ഒരു യോഗം വിളിച്ചു ചേർത്തിരുന്നു. സി.പി.ഐ (എം) ഈ യോഗത്തിൽ രണ്ട് കൂട്ടർക്കും സ്വീകാര്യമായ നിലയിൽ റോഡിന്റെ ദിശ ചില ഇടങ്ങളിൽ മാറ്റി നിർമ്മിക്കണമെന്ന് അഭിപ്രായപ്പെട്ടപ്പോൾ യോഗത്തിൽ പങ്കെടുത്ത ബി.ജെ.പി പ്രതിനിധി സ്ഥലമുടമയ്ക്ക് അനുകൂലമായ നിലപാടാണ് സ്വീകരിച്ചത്. ഇതിനെ തുടർന്ന് സി.ഐയുടെ

നേതൃത്വത്തിൽ സ്ഥലം സന്ദർശിക്കുകയും ഞങ്ങൾ മുന്നോട്ട് വെച്ച നിലയിൽ നിലവിലുള്ള റോഡിൽ നൂറ് മീറ്റർ പടിഞ്ഞാറോട്ട് മാറി റോഡ് നിർമ്മിക്കുന്നതാണ് ഏറ്റവും ഉചിതമെന്ന് കണ്ടെത്തുകയും ചെയ്തു. ഇതിനെ കുറിച്ചുള്ള അഭിപ്രായം രണ്ട് ദിവസങ്ങൾക്കുള്ളിൽ അറിയിക്കണമെന്ന് ഭൂവുടമയോട് നിർദ്ദേശിച്ചതിന് ശേഷമാണ് പോലീസ് സംഘം മടങ്ങിയത്.പക്ഷെ ഈ നിർദ്ദേശത്തോടും അനുകൂല സമീപനമായിരുന്നില്ല ഇയാൾ സ്വീകരിച്ചത്. ഇതുപോലുള്ള ഒത്തുതീർപ്പ് ചർച്ചകളൊന്നും ഫലം കാണാത്ത സാഹചര്യത്തിലാണ് റോഡിനു വേണ്ടിയുള്ള നിയമ നടപടികളും പ്രത്യക്ഷ സമരപരിപാടികളുമായി മുന്നോട്ട് പോകണമെന്ന് സി.പി.ഐ.(എം) തീരുമാനിക്കുന്നത്.

10
തെരഞ്ഞെടുപ്പ്

2010ലെ ത്രിതല പഞ്ചായത്ത് തെരഞ്ഞെടുപ്പ് പൊസൊളിഗെ റോഡിനായുള്ള പോരാട്ടത്തിലെ നിർണ്ണായക വഴിത്തിരിവായി മാറി. ബെള്ളൂർ പഞ്ചായത്ത് രൂപീകൃതമായതിന് ശേഷം ചരിത്രത്തിൽ ആദ്യമായി സി.പി.ഐ.എം ഏറ്റവും വലിയ ഒറ്റകക്ഷിയായി പഞ്ചായത്ത് ഭരിക്കാൻ കഴിഞ്ഞുവെന്നതായിരുന്നു ഈ തെരഞ്ഞെടുപ്പിന്റെ പ്രത്യേകത. 2008 മുതൽ പൊസൊളിഗയിലെ അടിസ്ഥാന ജനസമൂഹത്തിന് വേണ്ടി സി.പി.ഐ.(എം) നേതൃത്വത്തിൽ നടന്നു വരുന്ന സമരങ്ങളും ഈ വിഷയത്തിൽ ബി.ജെ.പി ഉൾപ്പെടെയുള്ള രാഷ്ട്രീയ പാർട്ടികൾ നടത്തുന്ന കള്ളക്കളികളും സജീവ തെരഞ്ഞെടുപ്പ് ചർച്ചയായി മാറി. ഇത് ഉൾപ്പെടെയുള്ള വിഷയങ്ങളിൽ പഞ്ചായത്തിലെ ഭൂരിപക്ഷം വരുന്ന അടിസ്ഥാന ജനവിഭാഗത്തിൽപ്പെട്ടവർ കമ്മ്യൂണിസ്റ്റ് പാർട്ടിക്ക് അനുകൂലമായി മാറി ചിന്തിക്കുകയായിരുന്നു. പൊസൊളിഗെ, തോട്ടത്തുമൂല ഉൾപ്പെടുന്ന രണ്ട് വാർഡുകളിലും ബി.ജെ.പി സ്ഥാനാർത്ഥികളെ പരാജയപ്പെടുത്തി സി.പി.ഐ.(എം) വിജയം നേടുകയും ചെയ്തു. പഞ്ചായത്ത് പ്രസിഡന്റായി ശ്രീ എ.കെ കുശലയെ തെരഞ്ഞെടുത്തു. ബെള്ളൂർ പഞ്ചായത്തിൽ ബി.ജെ.പിക്ക് ഭരണം നഷ്ടമാവുകയും സി.പി .ഐ.(എം)ന് വിജയിക്കാൻ കഴിഞ്ഞതും സംസ്ഥാന തലത്തിൽ തന്നെ ഏറെ ശ്രദ്ധേയമായ വാർത്തയായിരുന്നു.

സി.പി.ഐ.(എം) നേടിയ ഈ വിജയം പൊസൊളിഗെകാർക്ക് പകർന്നു നൽകിയ ആത്മവിശ്വാസം ചെറുതായിരുന്നില്ല. 1982 ന്

ശേഷം പണിയെടുക്കാൻ കഴിയാതെ തകർന്നു പോയ റോഡ് പുതിയ പഞ്ചായത്ത് ഭരണ സമിതിയുടെ നേതൃത്വത്തിൽ പുനർ നിർമ്മിക്കുമെന്ന് അവർക്ക് ഉറപ്പായിരുന്നു. പഞ്ചായത്ത് ഭരണസമിതി അധികാരത്തിലേറി ഏറെ കഴിയും മുമ്പ് തന്നെ പൊസൊളിഗെ മാലങ്കി റോഡ് പുനർ നിർമ്മിക്കുന്നതിന് വേണ്ടിയുള്ള തീരുമാനം എടുക്കുന്നതിന് ഭരണസമിതിക്ക് കഴിഞ്ഞു. തീരുമാനങ്ങൾ എടുത്തുവെങ്കിലും നിയമപരമായ ചില തടസങ്ങൾ ഭരണസമിതിക്ക് മുമ്പിലുണ്ടായിരുന്നു. 2005 ൽ പഞ്ചായത്ത് രേഖകൾ ഡിജിറ്റലൈസേഷൻ ചെയ്യുന്ന വേളയിൽ പൊസൊളിഗെ-മാലങ്കി റോഡ് എന്ന് ഒരു പേര് രേഖപ്പെടുത്തിയിരിക്കുന്നതൊഴിച്ചാൽ ഇതിന് പിൻബലമേകുന്ന മറ്റൊരു രേഖയും പഞ്ചായത്തിലില്ലായിരുന്നു. 1983 ലെ ആർ.ഡി.ഒ കോടതി വിധിയിൽ പറഞ്ഞിരിക്കുന്ന, പഞ്ചായത്ത് ഓഫീസിൽ ഉണ്ടായിരിക്കേണ്ട റോഡിന്റെ സ്കെച്ച് ആസ്തി വികസന രജിസ്റ്ററിൽ രേഖപ്പെടുത്തിയിരിക്കുന്ന രേഖകൾ ഇവയെല്ലാം മുൻകാലയളവിൽ പഞ്ചായത്ത് രേഖകളിൽ നിന്നും ദുരൂഹമായ നിലയിൽ അപ്രത്യക്ഷമാവുകയായിരുന്നു. ഈ രേഖകൾ എല്ലാം തിരിച്ചെടുക്കുന്നതിന് ആവശ്യമായ നടപടികൾ സ്വീകരിക്കുന്നതിന് സെക്രട്ടറിയെ ചുമതലപ്പെടുത്തികൊണ്ട്, ഭരണ സമിതി തീരുമാനമെടുത്തു. ഇതോടൊപ്പം നിലവിലുള്ള പരിമിതമായ രേഖകൾ പ്രകാരം പൊസൊളിഗെ- മാലങ്കി റോഡ് തൊഴിലുറപ്പ് പദ്ധതികളിൽപ്പെടുത്തി വികസിപ്പിക്കുന്നതിനുള്ള ചരിത്രപരമായ തീരുമാനം ഭരണസമിതി കൈക്കൊള്ളുകയും ചെയ്തു. ഇതോടുകൂടി 27 വർഷക്കാലത്തിന് ശേഷം പൊസൊളിഗെ റോഡ് ഔദ്യോഗികമായി പുനർനിർമ്മിക്കുന്നതിനുള്ള പ്രവർത്തികൾ ആരംഭിച്ചു. ബെള്ളൂർ ബ്ലോക്ക് പഞ്ചായത്ത് വാർഡിൽ നിന്നും വിജയിച്ച സി.പി.ഐ(എം) പ്രതിനിധി വി. ഉഷ പട്ടിക ജാതി വികസന പദ്ധതിയിൽ ഉൾപ്പെടുത്തി റോഡിന് 8ലക്ഷം രൂപ അനുവദിക്കുകയും ചെയ്തു. തൊഴിലുറപ്പ് പദ്ധതിയിൽ ഉൾപ്പെടുത്തി, റോഡിന്റെ പണി ആരംഭിക്കുന്ന ഘട്ടത്തിലാണ് ഭൂവുടമ വീണ്ടും കേസുമായി ജില്ലാ കോടതിയിലെത്തുന്നത്. ഇത്തവണ പക്ഷെ എതിർകക്ഷികളിൽ മാറ്റമുണ്ടായിരുന്നു. മുമ്പെല്ലാം പൊസൊളിഗെയിലെ പാവങ്ങളായിരുന്നു പ്രതി സ്ഥാനത്ത് ഉണ്ടായിരുന്നതെങ്കിൽ, ഭരണസമിതിയുടെ നേതൃത്വം സി.പി.ഐ (എം) ആയതോടെ ജൻമിയുടെ എതിർക്ഷികളായി കോടതിയിൽ പഞ്ചായത്ത് ഭരണസമിതിയും, സെക്രട്ടറിയും വരുകയാണുണ്ടായത്. ഇതിനിടയിൽ തൊഴിലുറപ്പ് പദ്ധതിയിൽ പണി പൂർത്തീകരിച്ചിരുന്നുഎന്നാൽ കേസും, സ്റ്റേയും വന്നതിനെ തുടർന്നു ബ്ലോക്ക് ഫണ്ട് വിനിയോഗിക്കുന്നതിന് കഴിഞ്ഞില്ല. കോടതിയിൽ ജന്മിനൽകിയ കേസിനോട് ബി.ജെ.പി ഭരണ

സമിതിയുടെ സമീപനമായിരുന്നില്ല. സ: കുശലന്റെ നേതൃത്വത്തിലുള്ള ഭരണസമിതി സ്വീകരിച്ചത്. അന്ന് ലഭ്യമായ രേഖകളുടെ അടിസ്ഥാന ത്തിൽ ഈ റോഡ് പഞ്ചായത്തിന്റേതാണെന്ന് തെളിയിക്കുന്നതിനുള്ള ശക്തമായ വാദങ്ങൾ കോടതിയിൽ നിരത്തി ഇതിന് ഫലമുണ്ടായി. മുൻകാലങ്ങളിൽ നിന്ന് വ്യത്യസ്ഥമായി ജൻമിക്ക് അനുകൂലമായ ഏകപക്ഷിയമായ വിധിയിൽ മാറ്റങ്ങൾ ഉണ്ടായി. ഈ കേസിൽ പഞ്ചാ യത്ത് അഭിഭാഷകന്റെ വാദം കോടതി അംഗീകരിക്കുകയും, തീർപ്പ് കൽപ്പിക്കുകയും ചെയ്തു. പഞ്ചായത്തിന്റേതാണ് റോഡ് എന്ന് അംഗീ കരിച്ച കോടതി, സ്ഥലമുടമയ്ക്ക് നഷ്ടമുണ്ടാകാത്ത രീതിയിൽ റോഡിന്റെ വികസന പ്രവൃത്തികൾ തുടരുന്നതിന് അനുമതി നൽകുകയും ചെയ്തു. സ്ഥലമുടമയെ സംബന്ധിച്ചിടത്തോളം തീരെ പ്രതീക്ഷിക്കാത്ത നില യിലുള്ള ഒരു വിധിയായിരുന്നു ജില്ലാ കോടതിയിൽ നിന്നുണ്ടായത്. ബി.ജെ.പി ഭരണ സമിതിയുടെ കാലത്ത് സ്ഥലമുടമയ്ക്ക് അനുകൂലമായി കോടതിയിൽ സ്വീകരിച്ചനിലപാടുകൾ കാരണമാണ് സ്ഥലമുടമയ്ക്ക് അനുകൂലമായ വിധിയുണ്ടാവാൻ കാരണമെന്ന് ഇതോടെ ജനങ്ങൾക്ക് ബോധ്യമായി.

11
നീല

പൊസൊളിഗെ കോളനിയിലെ 80 വയസുകാരിയായ നീല പൊസൊളിഗെയിലെ പോരാട്ടങ്ങളുടെ മുൻ നിരയിലായിരുന്നു. നീലയും നീലയുടെ കുടുംബവും പൊസൊളിഗെയുടെ നേരവകാശികളായിരുന്നു. സമരത്തിന്റെ അവസാനഘട്ടമാവുമ്പോഴേക്കും നീലമ്മ നാട്ടിലാകെ അറിയപ്പെടുന്ന സമര നായികയായി മാറി കഴിഞ്ഞിരുന്നു. വാർത്താ മാധ്യമങ്ങളും സമൂഹ മാധ്യമങ്ങളും നീലയെന്ന പോരാളിയെ പൊസൊളിഗെ പോരാട്ടത്തിന്റെ പ്രതീകമായി ഉയർത്തിക്കാട്ടി. കോവിഡിന്റെ ആദ്യഘട്ടത്തിൽ 2020 ൽ നീലമ്മ ലോകത്തോട് വിടപറഞ്ഞു.

കീഴാള ജാതിക്കോരോട് സവർണ്ണ സമൂഹം സ്വീകരിച്ചിരുന്ന കൊടിയ വഞ്ചനയുടേയും വിവേചനങ്ങളുടേയും അനുഭവങ്ങളായിരുന്നു നീല പറഞ്ഞ കഥകളത്രയും. നീലയുടെ പിതാവും അദ്ദേഹത്തിന്റെ മുൻ തലമുറകളും പൊസൊളിഗെയിലെ ആദിമ നിവാസികളായിരുന്നു. പ്ലാന്റേഷൻ കോർപ്പറേഷൻ കശുമാവിൻ തോട്ടങ്ങൾ വെച്ചു പിടിപ്പിക്കുന്നതിനുമുമ്പ് പൊസൊളിഗെ കോളനിയുടെ മുകൾഭാഗം മുഴുവൻ വനസമൃദ്ധമായിരുന്നു. വനത്തിനോട് ചേർന്ന് കിടന്നിരുന്ന ഏക്കറുകളോളം വരുന്ന ഭൂമി നീലയുടെ അച്ഛൻ മൻച്ചൻ ഉൾപ്പെടെയുള്ള 7 കുടുംബങ്ങളുടേതായിരുന്നുവെങ്കിലും രേഖകൾ ഉണ്ടായിരുന്നില്ല. ഭൂപരിഷ്കരണ നിയമത്തെ തുടർന്ന് ഭൂവുടമകൾ കൈവശം വെച്ചിരുന്ന ഈ സ്ഥലം പട്ടിക ജാതി കുടുംബങ്ങൾക്ക് പതിച്ചുകിട്ടുകയായിരുന്നു.

നീലയുടെ അച്ഛൻ മൻച്ചനും സഹോദരങ്ങൾക്കുമായി 8ഏക്കറോളം ഭൂമി ലഭിച്ചിരുന്നു.

പൊസൊളിഗെ സമരവുമായി ബന്ധപ്പെട്ട് കോളനിയിൽ എത്തുന്ന എല്ലാവരോടും നീല പറഞ്ഞിരുന്നത് 'ഈ സാധി കടന്നുവറുവ ജാഗെ എന്ന അപ്പ മൻച്ചടേ'. 80 വയസുകാരിയുടെ ജൽപ്പനങ്ങളായിരുന്നില്ല ഈ വാക്കുകൾ. നീലയുടെ അച്ഛൻ മൻച്ചനിൽ നിന്നും ചില്ലറ പൈസയും ഗംഗസരവും (ചാരായം) നൽകി ഭൂവുടമ തട്ടിയെടുത്തതാണെത്രെ പൊസൊളിഗെ റോഡ് ഉൾപ്പെടുന്ന 3 ഏക്കറോളം വരുന്ന ഭൂമി. ഈ റോഡ് കൈമാറുമ്പോൾ ഈ മനുഷ്യൻ ഭൂവുടമയോട് ആവശ്യപ്പെട്ടത് തങ്ങളുടെ ആളുകൾ നടന്നു വരുന്ന വഴിയുടെ അവകാശം ഞങ്ങൾക്ക് തന്നെ വേണമെന്നായിരുന്നു. എന്നാൽ പിന്നീട് നീലയുടെ പിതാവ് ആഗ്രഹിച്ചത് പോലെയായിരുന്നില്ല കാര്യങ്ങൾ നടന്നത്. നീലക്കും സഹോദരങ്ങൾക്കും അവകാശപ്പെട്ട ഭൂമി കൈവശപ്പെടുത്തിയ ഭൂവുടമ പിന്നീട് കാണിച്ച നെറികേട് മൂലം അവരുടെ സഞ്ചാര സ്വാതന്ത്ര്യം തന്നെ ഇല്ലാതാക്കുകയായിരുന്നു. ഇതുകൊണ്ട് സമരങ്ങളും അനുബന്ധ പ്രവർത്തനങ്ങളുമൊക്കെ നടക്കുന്ന വേളകളിൽ പ്രായത്തിന്റെ എല്ലാ അവശതകൾക്കിടയിലും സമരമുഖത്തെ ആവേശമായിരുന്നു നീലമ്മ. അവർ അനുഭവിച്ച ജാതീയമായ വിവേചനങ്ങളുടെ കഥകൾ പറഞ്ഞും, തുളുനാടോടിഗാനങ്ങൾ പാടിയും പൊസൊളിഗെയിൽ എത്തിച്ചേർന്ന വരെ തങ്ങളുടെ വഴി എത്രകണ്ട് പ്രാധാന്യമർഹിക്കുന്നതാണെന്ന് അവർ ഓർമ്മപ്പെടുത്തിക്കൊണ്ടിരുന്നു.

12
സമരസമിതി രൂപീകരണം

2012ൽ പൊസൊളിഗെക്കാർക്ക് അനുകൂലമായി വന്ന ജില്ലകോടതിയുടെ വിധിക്കെതിരെ ഭൂവുടമ ഹൈക്കോടതിയെ സമീപിക്കുകയായിരുന്നു. പഞ്ചായത്ത് നടത്തുന്ന റോഡ് വികസനത്തിന് ആവശ്യമായ തുടർ പ്രവർത്തനങ്ങൾ തടയുക എന്ന ലക്ഷ്യമായിരുന്നു. ഇയാൾക്ക് ഉണ്ടായിരുന്നത്. ഹൈക്കോടതിയിൽ കൊടുത്ത അപ്പീലിൽ ജൻമിക്ക് അനുകൂലമായി സ്റ്റേലഭിച്ചു. ഏറെ പ്രതീക്ഷ നൽകിയ റോഡ് നിർമ്മാണം വീണ്ടും സ്തംഭനാവസ്ഥയിലായി. ഹൈക്കോടതി കേസ് നിലവിൽ ഉണ്ടായിരുന്നതിനാൽ റോഡിന്റെ വിപുലീകരണ പ്രവൃത്തികൾ തടസ്സപ്പെട്ടു എന്നത്. മാത്രമല്ല വീണ്ടും പഴയനിലയിലേക്കാണോ കാര്യങ്ങൾ പോകുന്നതെന്ന ആശങ്ക കോളനി നിവാസികൾക്കുണ്ടായി. ഇതിനെ തുടർന്നാണ് കേസിന്റെ നടത്തിപ്പും റോഡിന്റെ നിർമ്മാണവും ലക്ഷ്യമിട്ടുകൊണ്ട് ഒരു സമര സമിതി സി.പി.ഐ.(എം) നേതൃത്വത്തിൽ രൂപീകരിക്കുന്നത്. ഹൈക്കോടതിയിലെ കേസ് തീർപ്പാക്കാതെ നീണ്ടുപോകുന്ന സാഹചര്യത്തിൽ പഞ്ചായത്തിൽ ലഭ്യമായ രേഖകൾ വെച്ച് കേസ് തീർപ്പാക്കണമെന്നും റോഡ് പഞ്ചായത്ത് ഏറ്റെടുക്കണമെന്നും ആവശ്യപ്പെട്ടുകൊണ്ട് സമര സമിതി അനിശ്ചിതകാല സമരം ആരംഭിച്ചു. നാലു വർഷത്തോളം ഈ സമര സമിതിയുടെ പ്രവർത്തനം തുടർന്നുവെങ്കിലും ഇതിൽ വേണ്ടത്ര പുരോഗതി ഉണ്ടായില്ല. ഇതിനിടയിൽ ഒരു തവണ സമരസമിതി നേതൃത്വത്തിൽ റോഡ് ഗതാഗതയോഗ്യമാക്കുന്നതിനുള്ള ചില ശ്രമങ്ങൾ

നടത്തുകയുണ്ടായി. ഇതിന്റെ പേരിലും സമര സമിതി നേതാക്കൾക്കെതിരെ, സിവിലായും ക്രിമിനലായും കേസുകളുണ്ടാവുകയും ചെയ്തു.

രവിയുടെ മരണം

സമരത്തിന്റെ മൂന്നാം ഘട്ടം ആരംഭിക്കുന്നത് 2017 നവംബർ മാസത്തിലാണ്. 2017 നവംബർ 21 നാണ് തോട്ടത്തുമൂല കോളനിയിലെ മാങ്കുവിന്റെയും സുന്ദരിയുടെയും മകൻ 29ക്കാരനായ രവി പാമ്പുകടിയേറ്റ് മരിക്കുന്നത്. ഈ സംഭവത്തെ കുറിച്ച് രവിയുടെ അച്ഛൻ മാങ്കു പറയുന്നത് 'വൈകിട്ട് 6 മണിയോടെയാണ് ജൻമിയുടെ കാര്യസ്ഥൻ വീട്ടിൽ വന്ന് രവിയെ അന്വേഷിക്കുന്നത്. അവിടത്തെ പറമ്പിലെ കടന്നൽ കൂട് കത്തിക്കുന്നതിന് രവിയെ കൂട്ടാനാണ് വന്നത്. അവന് പോവാൻ മടിയായിരുന്നു. ഇഷ്ടമില്ലെങ്കിൽ പോവണ്ടാന്ന് ഞാനും പറഞ്ഞു. ആദ്യം അവൻ പോയില്ല. വീണ്ടും വന്ന് വിളിച്ചപ്പോഴാണ് മനസില്ലാ മനസോടെ പോയത്. കുറച്ച് കഴിഞ്ഞ് പുട്ടക്ക് (രവിയുടെ വിളിപ്പേര്) സുഖമില്ലെന്ന് ആരോ വന്ന് പറഞ്ഞു. കടന്നൽ കൂട് കത്തിക്കാൻ പോയിടത്ത് നിന്ന് പാമ്പു കടിയേററതായി പറഞ്ഞു. ഞാൻ ചെല്ലുമ്പോൾ മകനെ അവിടെ തന്നെ കിടത്തിയിട്ടുണ്ട്. ഞാൻ പുട്ടാ പുട്ടാ എന്ന് വിളിച്ചപ്പോൾ ഒരു പ്രാവിശ്യം കണ്ണ് തുറന്ന് നോക്കി. ആശുപത്രിയിൽ എത്തിക്കാൻ വണ്ടി വേണം. ജൻമിയുടെ വീട്ടിൽ രണ്ട് വണ്ടികൾ കിടക്കുന്നുണ്ട്. ഞാൻ വണ്ടിക്കായി സ്വാമിയുടെ അടുത്തു പോയി വാഹനം വിട്ടുതരാൻ പറ്റില്ലെന്ന് അവർ തറപ്പിച്ചു പറഞ്ഞു. മകന് കുടിക്കാൻ കുറച്ച് വെള്ളമെങ്കിലും തരാമോന്ന് ചോദിച്ചു? അതും തന്നില്ല. വീണ്ടും ചോദിച്ചപ്പോൾ പറമ്പിലുള്ള പൈപ്പ് ചൂണ്ടിക്കാട്ടി, വേണമെങ്കിൽ എടുത്തോളാൻ പറഞ്ഞു. അവിടെ ഉണ്ടായിരുന്ന ഒരു ചെളിപിടിച്ച പൊട്ടിയ പാട്ടയിലാണ് ഞാൻ മകന് വെള്ളം കൊണ്ടോയി കൊടുത്തത്. അപ്പോഴേക്കും വേറെ ആരോ വണ്ടി വിളിച്ചിരുന്നു. വണ്ടി ഈ വഴിയിലൂടെ മുകളിലേക്ക് വരില്ലല്ലൊ? അരകിലോമിറ്ററോളം ചുമന്ന് താഴെ റോഡിലെത്തിച്ചാണ് ആശുപത്രിയിലേക്ക് കൊണ്ടുപോയത്. കുറച്ച് നേരത്തെ എത്തിച്ചിരുന്നുവെങ്കിൽ രക്ഷപ്പെട്ടുമായിരുന്നുവെന്നാണ് കാസർകോട്ടെ ആശുപത്രിയിലെ ഡോക്ടർ പറഞ്ഞത്. ഞങ്ങൾ താഴ്ന്ന ജാതിയായിപ്പോയതുകൊണ്ട് എത്തിക്കാൻ വേറെ മാർഗമൊന്നുമില്ലല്ലൊ മാങ്കു പറഞ്ഞു നിർത്തി. മാങ്കുവും രവിയും രവിയുടെ അമ്മ കുസുമയും കൊല്ലങ്ങളായി ഇയാളുടെ തോട്ടത്തിലാണ് പണിക്ക് പോയിരുന്നത്. രവി മരിക്കുന്ന ദിവസവും ഇവർ ജോലിക്ക് പോയിരുന്നു.

ഈ സംഭവം എഴുത്തുകാരനും ആരോഗ്യവകുപ്പ് ജീവനക്കാരനുമായ ശ്രീ. നിസാം റാവുത്തർ ഫേസ്ബുക്കിൽ കുറിച്ചതോടെയാണ് പൊസൊളിഗെയുടെ ദുരിതം വീണ്ടും ശ്രദ്ധേയമാകുന്നത്. അടുത്ത ദിവസം തന്നെ സി.പി.ഐ.എം നേതൃത്വത്തിൽ കോളനിയിൽ പൊസൊളിഗെക്കാരുടെ യോഗം ചേരുകയും ഇത്രയും ക്രൂരമായി പെരുമാറിയ ജൻമിയുടെ പറമ്പിൽ ആരും പോവുന്നില്ലെന്ന് തീരുമാനിക്കുകയും ചെയ്തു. തങ്ങൾക്ക് നടക്കാൻ വഴിവേണമെന്നല്ലാതെ, ഈ ജൻമിയോട് എന്തെങ്കിലും വൈരാഗ്യമോ അയാൾക്ക് ദോഷം വരണമെന്നോ ഇവർ ആഗ്രഹിച്ചിരുന്നില്ല. എന്നാൽ രവിയുടെ മരണം കോളനി നിവാസികളുടെ മനസിൽ ആഴത്തിലുള്ള മുറിവാണുണ്ടാക്കിയത്. രവിയുടെ മരണവും തുടർന്നുള്ള സംഭവവികാസങ്ങളും മലയാള മനോരമയുടെ കാസർകോട് ബ്യൂറോ ചീഫായിരുന്ന റൂബിൻ ജോസഫ് പ്രത്യേകമായി എഴുതിയ സ്റ്റോറിയും ദേശാഭിമാനി പത്രത്തിൽ ഇതിനെ കുറിച്ച് തുടർച്ചയായി വന്ന വാർത്തകളും പൊസൊളിഗെയെ വീണ്ടും ശ്രദ്ധാകേന്ദ്രമാക്കുകയായിരുന്നു.

പൊസൊളിഗെയിൽ നടക്കുന്ന ഈ നീതി നിഷേധങ്ങൾക്കെതിരെ സമൂഹത്തിന്റെ വിവിധ തലങ്ങളിൽ നിന്നും വലിയ പ്രതികരണങ്ങളും, പ്രതിഷേധങ്ങളും ഉയർന്നു വന്നു. രവിയുടെ മരണത്തോടെ ഈ പ്രക്ഷോഭം കൂടുതൽ വിപുലമായും ശക്തമാവുകയുമാണുണ്ടായത്.

13
ദുരിതം വിതയ്ക്കുന്ന ജാതി വഴികൾ

എൻഡോസൾഫാൻ ദുരിതബാധിതർ ധാരാളമുള്ള പഞ്ചായത്തുകളിലൊന്നാണ് ബെള്ളൂർ. പൊസൊളിഗെ കോളനിയിലും എൻഡോസൾഫാൻ ദുരിതബാധിതരുണ്ട്. മത്താടിയും സീത്തുവും ദുരിതബാധിതരായി ഈ അടുത്തക്കാലത്ത് മരണത്തിനു കീഴടങ്ങിയവരാണ്. സീത്തു പ്ലാന്റേഷൻ കോർപ്പറേഷനിൽ തൊഴിലാളിയായിരുന്നു. എൻഡോസൾഫാൻ ഹെലികോപ്റ്ററിൽ തളിച്ചിരുന്ന കാലത്ത് വലിയ ബാരലുകളിൽ കീടനാശിനി വെള്ളം ചേർത്ത് കലക്കി തയ്യാറാക്കി നൽകുന്ന ജോലിയായിരുന്നു സീത്തുവിന്റേത്. ജോലിയിൽ നിന്നു പിരിയുന്നതിനു മുമ്പ് തന്നെ സീത്തുവിനെ രോഗങ്ങൾ പിടികൂടിയിരുന്നു. എൻഡോസൾഫാൻ ദുരിതബാധിത ലിസ്റ്റിൽ പെട്ട സീത്തുവിന് കാസർകോട്ടെ ആശുപത്രിയിൽ പോയാൽ ചികിത്സ ലഭിക്കും. എന്നാൽ നടന്നു പോകാൻ കഴിയാത്ത സീത്തുവിനെ ആശുത്രിയിൽ കൊണ്ടുപോകാൻ മകൻ തിമ്മപ്പ പാട്ടാളിക്ക് സാധിച്ചിരുന്നില്ല. പൊസൊളിഗെ മലമുകളിൽ നിന്നും രണ്ട് കിലോമീറ്റർ എടുത്ത് റോഡിലെത്തിക്കണം. വാഹനം വരാൻ മാർഗ്ഗമില്ലാത്തതിനാൽ ഈ സ്ത്രീയുടെ ചികിത്സ പലവട്ടം മുടങ്ങുന്ന സ്ഥിതിയുണ്ടായി. അവസാനം നടക്കാൻ പോലും കഴിയാതെ കിടപ്പിലായതിനാൽ ശരീരം നീരുവെച്ച് ചീർത്തു വന്നു. തീരെ വയ്യാതായപ്പോഴാണ് സാമൂഹ്യപ്രവർത്തകരുടെ സഹായത്തോടെ പരിയാരം മെഡിക്കൽ കോളേജ് ആശുപത്രിയിലേക്ക്

CAUTION
ENDOSULFAN

കൊണ്ടുപോയത്. നാലു ദിവസത്തിനു ശേഷം അമ്മ മരിച്ചു. അമ്മയുടെ മൃതദേഹവുമായി വന്ന ആംബുലൻസും മുകളിലേക്ക് കയറി വന്നില്ല. താഴെ റോഡിലാണ് മൃതശരീരം ഇറക്കിവെച്ചത്. രണ്ട് കിലോമീറ്റർ ചുമന്നാണ് മൃതശരീരം വീട്ടിലെത്തിച്ചത്. ബി.ജെ.പി.യുടെ ബൂത്ത് പ്രസിഡന്റായിരുന്ന തിമ്മപ്പയും, മഹിളാമോർച്ചയുടെ പഞ്ചായത്ത് കമ്മിറ്റി പ്രസിഡന്റായിരുന്ന ഭാര്യയും ഇപ്പോൾ സി.പി.ഐ.(എം) അനു ഭാവികളാണ്. തങ്ങളുടെ സഞ്ചാര സ്വാതന്ത്ര്യം പോലും മുടക്കിയവന് ഒത്താശചെയ്യുന്ന പാർട്ടിയെ ഇനി തങ്ങൾക്ക് വേണ്ട എന്നായിരുന്നു തിമ്മപ്പയുടെ തീരുമാനം. അമ്മ മരിച്ചത് ഏതാനും ദിവസങ്ങൾക്കുള്ളിൽ തിമ്മപ്പയും കുടുംബവും ബി.ജെ.പിയിൽ നിന്നും രാജിവെച്ചു.

കീർത്തിഷ: കോളനിയിലെ കൃഷ്ണയുടെ ഏഴ് വയസുകാരി മകളാണ് കീർത്തിഷ. എൻഡോസൾഫാൻ ദുരിതബാധിതയാണ്. കാലുകൾക്ക് ശേഷിയില്ലാതെ നടന്നു പോകാൻ സാധിക്കാത്ത കീർത്തിഷയെ നാട്ടക്കല്ലിലെ സ്‌കൂളിലേക്ക് അച്ഛൻ ചുമലിലേറ്റിയാണ് കൊണ്ടുപോ യിരുന്നത്. രണ്ട് മാസത്തോളം മോളെ ഈ നിലയിൽ സ്‌കൂളിൽ കൊണ്ടുപോയെങ്കിലും. പിന്നീട് കൊണ്ടുപോകാൻ വീട്ടിലെ സാഹചര്യം അനുവദിച്ചില്ല. കൂലിതൊഴിലാളിയായ കൃഷ്ണ പണിക്ക് പോയില്ലെങ്കിൽ വീട് പട്ടിണിയാവും, കീർത്തിഷയുടെ പഠനവും ഇതോടെ ഇല്ലാതായി.

കുസുമ: പൊസൊളിഗെ സമരം ശക്തമാക്കാൻ തുടങ്ങുന്നയവസ രത്തിലാണ് പൊസൊളിഗെയിൽ നിന്നും ഒരു ദയനീയ ചിത്രം കൂടി പുറത്ത് വരുന്നത്. സമൂഹമാധ്യമങ്ങളിൽ ഏറെ പങ്കുവെക്കപ്പെട്ട ആ ചിത്രം കുസുമ എന്ന സ്ത്രീയുടേതായിരുന്നു. മലയാളം വാരികയിൽ രേഖാ ചന്ദ്ര തയ്യാറാക്കിയ ഫീച്ചറിലും ഈ ഫോട്ടോ പ്രസിദ്ധീകരിച്ചിരുന്നു. ഗർഭിണിയായ കുസുമയെ നാട്ടുകാരും ബന്ധുക്കളും ചേർന്ന് ഒരു കസേരയിൽ ഇരുത്തി ചുമന്ന് കൊണ്ടുവരുന്നതായിരുന്നു ആ ചിത്രം. ആശുപത്രിയിലേക്കുള്ള തയ്യാറെടുപ്പുമായി പാക്കും തൂക്കി കുസുമയുടെ അമ്മയും കൂടെയുണ്ട്. എക്സ്പ്രസ് ഹൈവെയെ കുറിച്ചും, ആധുനിക സൗകര്യങ്ങളെകുറിച്ചും ചർച്ച ചെയ്യുന്ന പരിഷ്കൃത സമൂഹത്തിന്റെ കണ്ണുകളിൽ പതിഞ്ഞ ഒരു അസംബന്ധ കാഴ്ചയായിരുന്നു ഈ ചിത്രം. എല്ലാ റോഡുകളും വികസിച്ചുവരുന്ന കാലത്ത് റോഡില്ലാത്തതിനാൽ ഒരു ഗർഭിണിയെ ചുമന്നിറക്കേണ്ടി വരുക!

14
പൊസൊളിഗെക്കൊപ്പം

ഒരാളുടെ ജാത്യാഭിമാനം സംരക്ഷിക്കുന്നതിന് വേണ്ടി ഇതുപോലെ എത്രയാളുകളുടെ ജീവിതാവകാശങ്ങളാണ് പകരം കൊടുക്കേണ്ടിവന്നത്. രവിയുടെ മരണത്തെ തുടർന്ന് പൊസൊളിഗെയിലും ബെള്ളൂരിലും മാത്രമായി ഒതുങ്ങി നിന്ന സഞ്ചാരസ്വാതന്ത്ര്യ നിഷേധം നാടാകെ ചർച്ച ചെയ്യാൻ തുടങ്ങി. പത്ര-ദൃശ്യമാധ്യമങ്ങളിലും ആനുകാലികങ്ങളിലും തുടരെ തുടരെ ഇതുമായി ബന്ധപ്പെട്ട വാർത്തകളും ലേഖനങ്ങളും വരാൻ തുടങ്ങി. ആദ്യഘട്ടങ്ങളിൽ കേവലം വഴിത്തർക്കവും, സ്വത്തു തർക്കവുമായി മാത്രം ചിത്രീകരിക്കാൻ ശ്രമിച്ച ചില മാധ്യമങ്ങൾക്ക് പോലും പിന്നീട് യഥാർത്ഥ സംഭവങ്ങൾ ജനങ്ങളിലേക്ക് എത്തിക്കേണ്ടിവന്നു. കമ്മ്യൂണിസ്റ്റ് പാർട്ടിയുടെ നേതൃത്വത്തിലുള്ള പ്രക്ഷോഭങ്ങൾക്ക് മാധ്യമങ്ങളുടെ ഏകകണ്ഠമായ പിന്തുണ ലഭിച്ച അപൂർവ്വം സമരങ്ങളിലൊന്നായി പൊസൊളിഗെയിലെ സമരം മാറിയെന്ന് പറയാൻ കഴിയും. ദേശാഭിമാനി, മലയാള മനോരമ, മാധ്യമം, കേരള കൗമുദി, മാതൃഭൂമി തുടങ്ങിയ മുഖ്യാധാര പത്രങ്ങളും, ഏഷ്യാനെറ്റ്, കൈരളി, ന്യൂസ് 18, മീഡിയാ വൺ, മനോരമ ന്യൂസ് ഉൾപ്പെടെയുള്ള മലയാളത്തിലെ പ്രധാന ചാനലുകളും ഈ പ്രക്ഷോഭത്തിന്റെ സാമൂഹ്യ പ്രസക്തി ജനങ്ങളിലേക്ക് എത്തിക്കുന്നതിന് നല്ല പങ്കുവഹിച്ചിട്ടുണ്ട്. പൊസൊളിഗെ സമരത്തിന് ഐക്യദാർഢ്യവുമായി കേരളത്തിനകത്തും പുറത്തുമായി നിരവധി സാമൂഹ്യ മാധ്യമ കൂട്ടായ്മകളും രംഗത്ത് വന്നു. അഴിമുഖം, സൗത്ത് ലൈവ്, ഡൂൾന്യൂസ് പോലുള്ള

ഓൺലൈൻ മാധ്യമങ്ങളിൽ വന്ന ലേഖനങ്ങളും ശ്രദ്ധേയമായിരുന്നു. സമൂഹത്തിന്റെ വിവിധ തലങ്ങളിൽ നിന്നുണ്ടായ ഈ പിന്തുണ പ്രക്ഷോഭത്തിന് ശക്തി പകർന്നു. സി.പി.ഐ.(എം) സംസ്ഥാന സെക്രട്ടറി സ: കോടിയേരി ബാലകൃഷ്ണൻ ഈ സമരത്തെ കുറിച്ച് ചോദിച്ചറിയുകയും പൂർണ്ണ പിന്തുണ നൽകുകയും ചെയ്തത് പ്രക്ഷോഭങ്ങൾക്ക് ആവേശം പകർന്ന അനുഭവമായിരുന്നു. സി.പി.ഐ(എം) കേന്ദ്ര കമ്മിറ്റിയംഗം പി.കരുണാകരൻ എം.പി ഈ സമരങ്ങൾക്ക് ആവശ്യമായ നിർദ്ദേശങ്ങളും, സഹായങ്ങളും എപ്പോഴും നൽകിയിരുന്നു. ജില്ലാ സെക്രട്ടറി എം.വി ബാലകൃഷ്ണൻ മാസ്റ്ററുടെ ദിശാപൂർണ്ണമായ പിന്തുണ സമര നേതൃത്വത്തിന് സഹായകരമായി. കാസർഗോഡ് ജില്ലയിലെ പാർട്ടി ഒന്നടങ്കം ഈ സമരത്തിനു പിന്തുണ പ്രഖ്യാപിച്ച് രംഗത്ത് വന്നത് ശക്തമായി ഈ പ്രക്ഷോഭങ്ങളെ മുന്നോട്ട് കൊണ്ടുപോകുന്നതിന് കരുത്ത് നൽകി.

2018 മെയ് 5 ന് പൊസൊളിഗെയിൽ ചേർന്ന സമര പ്രഖ്യാപന കൺവെൻഷൻ പൊസൊളിഗെക്കാർക്ക് റോഡിന്റെ അവകാശം പൂർണ്ണമായി സ്ഥാപിച്ചു കിട്ടാതെ, പ്രക്ഷോഭത്തിൽ നിന്ന് പിൻമാറില്ലെന്ന് പ്രഖ്യാപിച്ചു. പഞ്ചായത്ത് മെമ്പർ വി.ഉഷ ചെയർമാനും, സി.പി.ഐ (എം) ബ്രാഞ്ച് സെക്രട്ടറി സീതാരാമ കൺവീനറുമായി സമര സമിതി പുന:സംഘടിപ്പിക്കുകയും അനിശ്ചിതകാല സമരം പ്രഖ്യാപിക്കുകയും ചെയ്തു. ഈ പ്രക്ഷോഭങ്ങൾക്ക് ജനപിന്തുണയും കരുത്തും വർദ്ധിച്ചുവരുന്നുവെന്നു മനസിലാക്കിയ ജൻമിയും ഭരണസമിതിയും വെറുതെയിരുന്നില്ല. ഭരണസമിതി ഈ സമരത്തെ ദുർബലപ്പെടുത്തുന്നതിനു വേണ്ടി അനുനയ ചർച്ചകൾ എന്ന വ്യാജേന പൊസൊളിഗെ കോളനിയിലെ സമരക്കാർക്കിടയിൽ ഭിന്നിപ്പ് ഉണ്ടാക്കുന്നതിനു വലിയ ശ്രമങ്ങൾ തന്നെ നടത്തുകയായിരുന്നു. ഇതിലെ കൗതുകകരമായ മറ്റൊരു വസ്തുത ഈ സമരം പരാജയപ്പെടുത്തുന്നതിന് നാമമാത്രമായ കോൺഗ്രസുകാരും, ബി.ജെ.പിക്ക് ഒപ്പം ചേർന്നിരുന്നുവെന്നതാണ്.

15
ജൻമിയ്ക്കൊപ്പം

പൊസൊളിഗെക്കൊപ്പം നാട് ഒന്നടങ്കം നിന്നപ്പോൾ ആദ്യഘട്ടത്തിൽ ജില്ലാ ഭരണകൂടത്തിന്റെ ഭാഗത്ത് നിന്നുണ്ടായ ചില വിചിത്രാനുഭവങ്ങളും പറയാതിരിക്കാനാവില്ല പ്രക്ഷോഭം പുതിയ തലങ്ങളിലേക്ക് കടന്നതോടുകൂടി ബെള്ളൂർ പഞ്ചായത്ത് ഭരണസമിതി യോഗം ചേർന്ന് പൊസൊളിഗെയിൽ റോഡ് പ്രശ്നത്തിന് പരിഹാരം കാണുന്നതിന് ജില്ലാ ഭരണാധികാരിയോട് ആവശ്യപ്പെടാൻ തീരുമാനിച്ചു. ഇതിനെ തുടർന്ന് ജില്ലാ കലക്ടർ നേരിട്ട് പ്രശ്ന പരിഹാരത്തിനായി യോഗം വിളിച്ചു ചേർത്തു.

പ്രക്ഷോഭത്തിന്റെ ഭാഗമായിട്ടാണ് ഇങ്ങനെ യോഗം വിളിച്ചതെങ്കിലും പ്രക്ഷോഭത്തിന് നേതൃത്വം കൊടുക്കുന്ന സമരസമിതിയെയോ ഇതിന് പിന്തുണ നൽകുന്ന കമ്മ്യൂണിസ്റ്റ് പാർട്ടി നേതൃത്വത്തെയോ യോഗ വിവരം അറിയിക്കാൻ തയ്യാറായില്ല. റോഡിന്റെ ഗുണഭോക്താക്കൾ എന്ന നിലയിൽ മൂന്നാളുകളെയും, ഭൂവുടമയെയും ആണ് യോഗത്തിന് വിളിച്ചത്. ഇവർക്കൊപ്പം പഞ്ചായത്ത് പ്രസിഡന്റിനെയും, ബി.ജെ.പി ക്കാരനായ ബ്ലോക്ക് പഞ്ചായത്ത് അംഗത്തെയും ചേർത്ത് ഒരു പ്രഹസന ചർച്ച നടത്തുകയായിരുന്നു. ഗുണഭോക്താക്കൾ എന്ന നിലയിൽ തെരഞ്ഞെടുത്ത മൂന്ന് പേരിൽ ഒരാൾ ജൻമിയുടെ പണിക്കാരനും, മറ്റൊരാൾ റോഡ് മറ്റൊരു സ്ഥലത്ത് കൂടിവേണമെന്ന് വാദിക്കുന്ന കോൺഗ്രസുകാരനുമായിരുന്നു.

കലക്ടറുടെ നേതൃത്വത്തിൽ നടന്ന ഏകപക്ഷീയമായ ഈ ചർച്ച യിൽ വളരെ വിചിത്രമായ തീരുമാനമാണുണ്ടായത്.

1. ഈ റോഡ് ഭൂവുടമയുടേത് തന്നെയാണെന്ന് യോഗത്തിൽ പഞ്ചായത്ത് പ്രസിഡന്റ് പറഞ്ഞതിന്റെയടിസ്ഥാനത്തിൽ റോഡ് കടന്നു പോകുന്ന ഈ സ്ഥലം ജൻമിക്ക് തിരിച്ചുകൊടു ക്കുന്നതിന് തീരുമാനിച്ചു.
2. കോളനി നിവാസികൾക്ക് ആവശ്യമായ യാത്ര സൗകര്യം ഒരുക്കുന്നതിന് നാട്ട ക്കല്ലിൽ നിന്ന് മറ്റൊരു വഴി നിർമ്മിക്കു ന്നതിനുള്ള സാധ്യത പരിശോധിക്കുന്ന തിന് പഞ്ചായത്തിനെ ചുമതലപ്പെടുത്തി.
3. ഇക്കാര്യങ്ങൾ കോളനിനിവാസികളെ ബോധ്യപ്പെടുത്തുന്നതിന് കാസർകോട് എം.എൽ.എ യും കലക്ടറും കോളനി സന്ദർശിക്ക ണമെന്ന് തീരുമാനമായി.

മേൽ തീരുമാനങ്ങൾ ഓരോന്നായി പരിശോധിക്കേണ്ടതാണ്. പഞ്ചായത്ത് പ്രസിഡന്റ് പറഞ്ഞതിന്റെ അടിസ്ഥാനത്തിൽ പ്രസ്തുത റോഡ് പോകുന്ന സ്ഥലം ജൻമിയുടേതാണെന്ന് ഒരു രേഖയുടെയും പിൻബലമില്ലാതെ മിനുട്സിൽ രേഖപ്പെടുത്തുകയാണ് ചെയ്തത്. യഥാർത്ഥത്തിൽ 1976 ലെ പഞ്ചായത്തിന്റെ നേതൃത്വത്തിലുള്ള റോഡ് നിർമ്മാണവും 1982 ൽ ഫുഡ്ഫോർ വർക്കിൽ മഞ്ചേശ്വരം ബ്ലോക്ക് പഞ്ചായത്ത് ഈ റോഡ് വിപുലീകരിച്ചതും, പഞ്ചായത്തിൽ തന്നെയു ള്ള ആസ്ഥി വികസന രജിസ്റ്ററിൽ 1982 ൽ അന്നത്തെ പഞ്ചായത്ത് സെക്രട്ടറി പൊസൊളിഗെ-മാലങ്കി ചേർത്തതും, 2005 ൽ പഞ്ചായത്ത് രേഖകൾ ഡിജിറ്റലൈസ് ചെയ്യുമ്പോൾ ഇത് ഈ റോഡ് രേഖപ്പെടുത്തി യിരിക്കുന്നതും കലക്ടർ ഉൾപ്പെടെയുള്ള ഉദ്യോഗസ്ഥരും ജനപ്രതിനി ധികളും തെളിവായി സ്വീകരിച്ചില്ല എന്നതാണ് വിചിത്രമായ കാര്യം.

നാട്ടക്കൽ ചെക്ക് പോസ്റ്റിൽ നിന്നും ബസ്തിയിലേക്കുള്ള റോഡിൽ ഒന്നര കിലോമീറ്റർ സഞ്ചരിച്ച് അവിടെ നിന്നും രണ്ടര കിലോമീറ്റർ ദൈർഘ്യമുള്ളതാണ് പൊസൊളിഗെ-മാലങ്കി റോഡ്. പതിറ്റാണ്ടു കളായി ഇവർ സഞ്ചരിച്ചിരുന്ന ഈ റോഡ് ഉപേക്ഷി ക്കണമെന്നും അതിനുപകരമായി നാട്ടക്കൽ ടൗണിൽ നിന്നും സ്ക്കൂളിന്റെ പിറകു വശത്തുകൂടി കുദുവയിലേക്ക് പോകുന്ന വഴിയിലൂടെ പൊസൊളിഗെ യിലേക്ക് പുതിയ റോഡ് നിർമ്മിക്കണമെന്നുമാണ് നിർദ്ദേശമായി വന്നത്. നിലവിൽ കുദുവ എന്ന സ്ഥലത്ത് നിന്ന് വഴിപോലുമില്ലാതെ യിടത്ത് കൂടെയാണ് റോഡ് നിർമ്മിക്കേണ്ടിവരുന്നത്. എതാണ്ട് 30 ൽ അധികം സ്ഥലമുടമകൾ ഭൂമി വിട്ടുനൽകിയാൽ മാത്രമെ ഈ റോഡ്

നിർമ്മാണത്തെ കുറിച്ച് ആലോചിക്കാൻ പോലും കഴിയു. റോഡ് നിർമ്മാണത്തിനായി കോടികൾ വേണ്ടിവരും. ഈ വസ്തുതകളൊന്നും മനസിലാക്കാതെയാണ് പുതിയ റോഡ് എന്ന നിർദ്ദേശം യോഗത്തിൽ തീരുമാനമായി വന്നത്.

ഈ സമരങ്ങളും പ്രതിഷേധങ്ങളുമെല്ലാം നടക്കുമ്പോഴും ഇവരുടെ പ്രശ്നങ്ങളെ കുറിച്ച് ഒന്ന് ചോദിച്ചറിയാൻ പോലും തയ്യാറാകാത്ത എം.എൽ.എ.യെയും റോഡ് വിട്ടു നൽകണമെന്ന തീരുമാനം കോള നിനിവാസികളെ കാര്യങ്ങൾ പറഞ്ഞു ബോധ്യപ്പെടുത്തുന്നതിന് ചുമ തലപ്പെടുത്തിയിരിക്കുന്നത്. ഈ നിലയിൽ പൊസൊളിഗെ സഞ്ചാര സ്വാതന്ത്ര്യത്തിന് വേണ്ടി ഏത് നിലയിലുള്ള തീരുമാനം ഉണ്ടാക്കണ മെന്നാണ് പൊതു സമൂഹം പ്രതീക്ഷയർപ്പിച്ചത് അതിന് കടകവിരു ദ്ധമായാണ് ജില്ലാഭരണകൂടം ഈ ഘട്ടത്തിൽ പെരുമാറിയിരുന്നത്.

16
ജില്ലാ ഭരണാധികാരിയുടെ കോളനി സന്ദർശനം

ജില്ലാ തലത്തിൽ നടന്ന യോഗത്തിന്റെ തുടർച്ചയെന്ന നിലയിൽ ഒരു വൈകുന്നേരം കലക്ടർ കോളനിയിൽ വരികയുണ്ടായി. ഇത്തവണയും ആരെയും അറിയിക്കാതെ ഭൂവുടമകളെ അനുകൂലിക്കുന്ന ആളുകൾക്കൊപ്പമായിരുന്നു ഈ ഉദ്യോഗസ്ഥന്റെ മിന്നൽ സന്ദർശനം. കാറ് പോകാൻ വഴിയില്ലാത്തതിനാൽ നടന്നു തന്നെയായിരുന്നു ഉദ്യോഗസ്ഥപരിവാര വൃന്ദത്തിന്റെയും കോളനിയിലേക്കുള്ള യാത്ര.

കലക്ടർ വന്നിട്ടുണ്ടെന്നറിഞ്ഞാണ് പഞ്ചായത്ത് മെമ്പറും സമര സമിതി ചെയർപേഴ്സനുമായ ഉഷയും സി.പി.ഐ.എം നാട്ടക്കൽ ബ്രാഞ്ച് സെക്രട്ടറി ഹമീദും കോളനിയിൽ എത്തുന്നത്. സ: ഉഷ വിശദീകരിക്കുന്നത് ഇങ്ങനെയാണ്- 'ഞങ്ങൾ എത്തുമ്പോൾ അവിടെ കോളനി നിവാസികളോട് കലക്ടർ സർ സംസാരിച്ചുകൊണ്ടിരിക്കുകയാണ്, അൽപ്പം ഭീഷണി കലർന്ന സ്വരത്തിലായിരുന്നു അദ്ദേഹത്തിന്റെ സംസാരമത്രയും. നിങ്ങൾ എന്തിനാണ് ഈ വ്യക്തിയുടെ പട്ടസ്ഥലത്ത് കൂടി തന്നെ റോഡ് വേണമെന്ന് വാശിപിടിക്കുന്നത്? നിങ്ങൾക്ക് മറ്റൊരു സ്ഥലത്ത് കൂടി വഴി തന്നാൽ പോരെ ? വെറുതെ പ്രശ്നങ്ങൾക്കൊന്നും പോകണ്ട, ഞാനാണ് ഇത് പറയുന്നത്. ആരാണെന്ന് അറിയാല്ലൊ? ആ റോഡ് ഇനി കയ്യേറിയാൽ നിങ്ങളുടെയെല്ലാം പേരിൽ കേസെടുക്കേണ്ടിവരും' കലക്ടറുടെ സംസാരം

നീണ്ടുപോകുമ്പോൾ ഞാൻ ഇടപെടാൻ ശ്രമിച്ച യഥാർത്ഥ വിവരങ്ങൾ ധരിപ്പിക്കുന്നതിനായിരുന്നു എന്റെ ശ്രമം. ഈ വാർഡിന്റെ മെമ്പറാണെന്ന് പറഞ്ഞപ്പോൾ എന്നോട് ചോദിച്ചത് നിങ്ങൾ എന്തിനാണ് ഇതിനെല്ലാം കൂട്ടു നിൽക്കുന്നത് എന്നായിരുന്നു. ഇതെല്ലാം എന്റെ കൂടെ ഉണ്ടായിരുന്ന ബ്രാഞ്ച് സെക്രട്ടറി ഫോണിൽ ചിത്രീകരിക്കുന്നുണ്ടായിരുന്നു. ഇത് കണ്ട കലക്ടർ ഫോൺ പിടിച്ചെടുക്കാൻ ഗൺമാനോട് നിർദ്ദേശിക്കുകയും തുടർന്ന് ഗൺമാൻ ഹമീദിന്റെ ഫോൺ പിടിച്ചുവാങ്ങി റിക്കാർഡ് ചെയ്തത് നശിപ്പിക്കുകയും ചെയ്തു. ഈ സമയം ഹമീദിനെ അറസ്റ്റ് ചെയ്ത് സ്റ്റേഷനിൽ എത്തിക്കാൻ കലക്ടർ ആവശ്യപ്പെടുകയും ചെയ്യുന്നുണ്ടായിരുന്നു. ഈ നിലയിൽ കോളനിക്കാർക്കിടയിൽ ഭീതിയുളവാക്കുന്ന നിലയിലായിരുന്നു ജില്ലാ ഭരണാധികാരിയുടെ കോളനി സന്ദർശനം.

അടിസ്ഥാന ജനവിഭാഗങ്ങൾക്ക് വേണ്ടി നിലകൊള്ളുന്ന ഇടതുപക്ഷ സർക്കാരിന് കീഴിലുള്ള ജില്ലാ ഭരണാധികാരിയുടെ ഈ നിലയിലുള്ള നിലപാടിനെതിരെ ശക്തമായ പ്രതിഷേധമാണ് പിന്നീട് ഉണ്ടായത്. അന്നു രാത്രി തന്നെ ജില്ലാ തല യോഗത്തിന്റെ മിനുട്സ് കത്തിക്കുകയും ജൻമിയുടെ വീട്ടിലേക്ക് സമരസമിതിയുടെ നേതൃത്വത്തിൽ പ്രതീകാത്മക മാർച്ച് സംഘടിപ്പിക്കുകയും ചെയ്തു. ഇതിനെ തുടർന്നാണ് പഞ്ചായത്തിനും ജില്ലാ ഭരണകൂടത്തിനുമെതിരെ സമരസമിതിയുടെ നേതൃത്വത്തിൽ തുടർച്ചയായ പ്രക്ഷോഭം സംഘടിപ്പിക്കാൻ തീരുമാനിച്ചത്.

17
പാളതൊപ്പിസമരം

പൊസൊളിഗെയിൽ പഞ്ചായത്ത് ആസ്തിയിലുള്ള റോഡ് പഞ്ചായത്ത് ഏറ്റെടുത്ത് നവീകരിക്കണമെന്നും ഭൂവുടമയ്ക്ക് അനുകൂലമായ പഞ്ചായത്ത് ഭരണസമിതിയുടെ നിലപാട് തിരുത്തണമെന്നും ആവ്യശ്യപ്പെട്ടുകൊണ്ട് അമ്മമാരും കൈകുഞ്ഞുങ്ങളുൾപ്പെടെയുള്ള അബാലവൃദ്ധം ആളുകൾ പാളത്തൊപ്പി ധരിച്ച് പഞ്ചായത്ത് ഓഫീസിലേക്ക് നടത്തിയ മാർച്ചിൽ നൂറുകണക്കിനാളുകളാണ് അണിനിരന്നത്. ജനരോഷം ആഞ്ഞടിച്ച ഈ സമരം തുടർന്ന് നടന്ന ശക്തമായ സമരങ്ങളുടെ തുടക്കമായിരുന്നു. പാളതൊപ്പി സമരത്തിനു ശേഷവും പഞ്ചായത്ത് ഭരണ സമിതി ഭൂവുടമയ്ക്ക് അനുകൂലമായ നിലപാട് തുടരുകയായിരുന്നു. ജില്ലാ ഭരണകൂടവും നിലപാട് മാറ്റാൻ തയ്യാറായില്ല. ഒരവസരത്തിൽ പഞ്ചായത്ത് പ്രസിഡന്റ് തന്നെ മാധ്യമങ്ങളോട് പരസ്യമായി പ്രതികരിച്ചത് ആ റോഡ് പൊസൊളിഗെ സ്വാമിയുടേതാണെന്നായിരുന്നു. പ്രസിഡന്റിന്റെ ഓഫീസിൽ അതല്ലെന്ന് തെളിയിക്കുന്ന രേഖകൾ ഉണ്ടായിരുന്നിട്ടും പരിഹാസ്യമാം വിധം ഭൂവുടമയ്ക്കൊപ്പം നിന്ന ബി.ജെ.പി ഭരണമിതിയുടെ നിലപാടിനെതിരെ വൻ പ്രതികരണമാണ് ഉയർന്നു വന്നത്. ജനവികാരം തങ്ങൾക്കെതിരാവുമെന്ന ഘട്ടത്തിലാണ് ബി.ജെ.പിയുടെ ജില്ലാ പ്രസിഡന്റ് തന്നെ വാർത്താസമ്മേളനവുമായി രംഗത്തെത്തിയത്. പഞ്ചായത്ത് പ്രസിഡന്റിനെയും മറ്റ് നേതാക്കളെയും ഇടത്തും വലത്തുമിരുത്തി ജില്ലാ ബി.ജെ.പി പ്രസിഡന്റ് പറഞ്ഞത്. തങ്ങൾ കോളനിക്കാർക്ക് എതിരല്ലെന്നും സി.പി.ഐ.എം

കോളനിക്കാരുടെ മറവിൽ സ്ഥലമുടമയുടെ ഭൂമി കയ്യേറാനാണ് ശ്ര മിക്കുന്നതെന്നുമായിരുന്നു. ഈ ഭൂവുടമ പണ്ടൊരു സി.പി.ഐ.എം കാരനായിരുന്നുവെന്നും ബി.ജെ.പി നേതാവ് പറഞ്ഞുവെച്ചു. ഇതുവരെ ഭൂവുടമയ്ക്ക് വേണ്ടി വക്കാലത്തുമായി നടന്ന ബി.ജെ.പി യുടെ നിലപാട് മാറ്റം ഇക്കാര്യത്തിൽ തങ്ങൾ ഒറ്റപ്പെടുമെന്ന ഭീതിയിലായിരുന്നു. ജൂൺ 30ന് നടന്ന പഞ്ചായത്ത് ഓഫീസ് മാർച്ച് ഇതിനുള്ള മറുപടിയായി മാറി. സവർണ മേധാവിത്വ മാനസികാവസ്ഥയിലുള്ള ഒരു ഭൂവുടമയുടെ ധാർഷ്ട്യത്തെ വകവെച്ചുകൊടുക്കാൻ ഇനിയും തങ്ങൾക്കാവില്ലെന്ന പ്രഖ്യാപനമാണ് പാളതൊപ്പി സമരത്തിലൂടെ പ്രഖ്യാപിക്കപ്പെട്ടത്.

സമരസമിതി രൂപീകരിച്ചതിന് ശേഷം കാര്യങ്ങൾ വിശദീകരിച്ചു കൊണ്ടും ഈ വിഷയത്തിൽ ഇടപെടണമെന്നും ആവശ്യപ്പെട്ടുകൊണ്ട് ജില്ലാ കളക്ടർക്ക് സമരസമിതിയും നിവേദനം നൽകിയിരുന്നു. ഈ നിവേദനത്തിൽ പറഞ്ഞ കാര്യങ്ങൾ പരിഗണിച്ചില്ലെന്ന് മാത്രമല്ല. ആരുടേയോ താൽപര്യങ്ങൾ സംരക്ഷിക്കാനെന്നപോലെ കോളനിനി വാസികൾക്കെതിരായി ജില്ലാ ഭരണകൂടം നിലപാട് എടുത്തപ്പോഴാണ് പി.കരുണാകരൻ എം.പിയും സി.പി.ഐ.എം ജില്ലാ നേതൃത്വവും ഈ വിഷയത്തിൽ നേരിട്ട് ഇടപെടുന്നത്. ഇതിന്റെ ഭാഗമായി പി.കരു ണാകരൻ എം.പി ജൂലൈ മാസത്തിൽ കോളനി സന്ദർശിക്കുകയും കാര്യങ്ങൾ നേരിട്ട് മനസിലാക്കുകയും ചെയ്തു. റോഡിന്റെ പ്രശ്നങ്ങൾ പറയുന്നതിനൊപ്പം ജില്ലാ കളക്ടർ തങ്ങളെ ഭീഷണിപ്പെടുത്തിയ കാര്യ പറയാനും കോളനി നിവാസി മടിച്ചില്ല. ഞാൻ ഇക്കാര്യത്തിൽ ഇടപെ ടുമെന്നും എം.പി എന്നനിലയിൽ ഞാനും എന്റെ പാർട്ടിയും കൂടെ ഉണ്ടാവുമെന്നും അദ്ദേഹം ഉറപ്പു നൽകിയാണ് അദ്ദേഹം മടങ്ങിയത്.

കോളനി സന്ദർശനം കഴിഞ്ഞ് കാസർകോട് പ്രസ്ക്ലബിൽ വെച്ച് നടത്തിയ പത്രസമ്മേളനത്തിൽ പൊസൊളിഗെ നിവാസികളുടെ സഞ്ചാര സ്വാതന്ത്ര്യത്തിന് വേണ്ടി കഴിയുന്നതെല്ലാം ചെയ്യുമെന്നും ഇക്കാര്യത്തിൽ ജില്ലാ ഭരണകൂടം തെറ്റായ സമീപനം സ്വീകരിച്ചിട്ടുണ്ടെ ങ്കിൽ അത് തിരുത്തിക്കാൻ ആവശ്യമായ നടപടികൾ കൈക്കൊള്ളുമെ ന്നും പറഞ്ഞു. സി.പി.ഐ.എം ജില്ലാ സെക്രട്ടറി എം.വി.ബാലകൃഷ്ണൻ മാസ്റ്ററും ഇതേ നിലപാട് ആവർത്തിച്ചതോടെ ജില്ലാ ഭരണകൂടത്തിന് മുൻ നിലപാടിൽ നിന്നും പിന്നോക്കം പോകേണ്ടി വന്നു. പി.കരു ണാകരൻ എം.പി പൊസൊളിഗെ വിഷയത്തിൽ അടിയന്തിരമായി ഇടപെടണമെന്നാവശ്യപ്പെട്ടുകൊണ്ട് മുഖ്യമന്ത്രി പിണറായി വിജയനെ കാണുകയും, കാസർകോട് പൊസൊളിഗെയിൽ കുറച്ച് മാസങ്ങളായി തുടർച്ചയായി നടക്കുന്ന പ്രക്ഷോഭത്തിന്റെ ഗൗരവം അദ്ദേഹത്തെ

ധരിപ്പിക്കുകയും ചെയ്തു. വിഷയത്തിന്റെ ഗൗരവം മനസിലാക്കിയ മുഖ്യമന്ത്രി പൊസൊളിഗെ വിഷയത്തിൽ ഇടപ്പെടുന്നതിനും അടിയന്തിരമായി പ്രശ്നം പരിഹരിക്കുന്നതിനും കളക്ടർക്ക് നിർദ്ദേശം നൽകി. തുടർന്നാണ് സ്ഥലം എം.എൽ.എയും എം.പിയും ഉൾപ്പെടെയുള്ള ജനപ്രതിനിധികളുടെയും രഷ്ടീയ പാർട്ടി നേതാക്കളുടെയും സമരസമിതി അംഗങ്ങളുടെയും യോഗം വിളിച്ചു ചേർക്കുന്നത്.

18
പ്രക്ഷോഭങ്ങൾ ശക്തിയാർജ്ജിക്കുന്നു

പ്രശ്നങ്ങൾ പരിഹരിക്കുന്നതിനുള്ള ശ്രമങ്ങൾ തുടരുന്നതിനിടയിലും സമരസമിതിയുടെ നേതൃത്വത്തിൽ നടന്നു വന്നിരുന്ന പ്രക്ഷോഭങ്ങൾക്ക് ഒരു കുറവുമുണ്ടായില്ല. സമരസമിതിയുടെ പ്രക്ഷോഭങ്ങൾക്ക് പിന്തുണപ്രഖ്യാപിച്ച് നിരവധി മാർച്ചുകളും ധർണ്ണകളുമാണ് ജൂലൈ മാസത്തിൽ നടന്നത്. പട്ടിക ജാതി ക്ഷേമസമിതിയുടെ നേതൃത്വത്തിൽ ജൻമിയുടെ വീട്ടിലേക്ക് നടത്തിയ മാർച്ച് പ്രാധാന്യമർഹിക്കുന്നതായിരുന്നു. തങ്ങൾ വർഷങ്ങളായി നേരിടുന്ന ജാതി വിവേചനത്തിനും അയിത്തത്തിനുമെതിരായി അണപൊട്ടിയൊഴുകിയ പ്രതിഷേധമായിരുന്നു. പൊസൊളിഗെ ജൻമിയുടെ വീട്ടിലേക്ക് നടത്തിയ മാർച്ച്.

വഴിയെന്ന നീതിക്കായി പൊരുതുന്ന പൊസൊളിഗെ ജനതയ്ക്ക് പിന്തുണയുമായി 'ഞങ്ങളുണ്ട് കൂടെ' യെന്ന മുദ്രാവാക്യമുയർത്തി ജനാധിപത്യ മഹിളാ അസോസിയേഷൻ ജില്ലാ കമ്മിറ്റി നടത്തിയ അമ്മമാരുടെ കൂട്ടായ്മയിൽ നൂറുകണക്കിന് സ്ത്രീകളാണ് പങ്കെടുത്തത്. ജനതയ്ക്ക് പിന്തുണയുമായി ജനാധിപത്യ മഹിളാ അസോസിയേഷൻ സംസ്ഥാന സെക്രട്ടറിയും സി.പി.ഐ.എം സംസ്ഥാനകമ്മിറ്റി അംഗവുമായ പി.സതീദേവി തന്നെ സമരത്തിൽ പങ്കെടുത്തത് പൊസൊളിഗെ സമരം കൂടുതൽ ശ്രദ്ധ ആകർഷിക്കുന്നതിനു കാരണമായി.

BELLOOR GRAMA PANCHAYATH OFFIC

വഴിനടക്കാൻ മണ്ണിന്റെ മക്കൾക്കൊപ്പം എന്ന മുദ്രാവാക്യമുയർത്തിയാണ് ഡി.വൈ.എഫ്.ഐ സമരത്തിന് പിന്തുണ നൽകിയത്. നാട്ടക്കല്ലിൽ നിന്ന് പൊസൊളിഗെയിലേക്ക് പ്രതിഷേധ മാർച്ചും സംഘടിപ്പിച്ചു. പുരോഗമന കലാസാഹിത്യസംഘം ഉൾപ്പെടെയുള്ള കലാസാംസ്കാരിക സംഘടനകളും വിവിധ കൂട്ടായ്മകളും ദിവസവും സമരത്തിന് പിന്തുണയുമായെത്തി ചേർന്നു.

19
കലക്ട്രേറ്റ് മാർച്ച്

ജില്ലാ ആസ്ഥാനങ്ങളിലേക്ക് നടക്കുന്ന മറ്റ് മാർച്ചുകളിൽ നിന്നും, സമരങ്ങളിൽ നിന്നും തികച്ചും വ്യത്യസ്തമായിരുന്നു 2018 ജൂലൈ 28ന് കാസർകോട് കലക്ട്രേറ്റിലേക്ക് പൊസളിഗെ ജനതനടത്തിയ മാർച്ച് തങ്ങളുടെ വഴിയടച്ച ജന്മിക്കൊപ്പം നിൽക്കുന്ന കലക്ടറുടെ വഞ്ചനയ്ക്കെതിരെ സമര സമിതി നടത്തിയ മാർച്ചിൽ ജനങ്ങളുടെ പ്രതിഷേധവും, രോഷവും, സങ്കടവുമെല്ലാം അലയടിച്ചുയർന്നു.

പൊസളിഗെയിലെ എല്ലാ വീടുകളിൽ നിന്നും മുഴുവനാളുകളും പങ്കെടുത്ത മാർച്ചിൽ കൈക്കുഞ്ഞുങ്ങൾ മുതൽ ഏറെ പ്രായമായ വൃദ്ധജനങ്ങൾ വരെയുണ്ടായിരുന്നു. ഒരു സാധാരണ പ്രതിഷേധമായി മാത്രം കണ്ട ജില്ലാ ഭരണകൂടവും, പോലീസും അലയടിച്ച് വരുന്ന പൊസളിഗെയെ കണ്ടപ്പോൾ അമ്പരന്നു പോയി.

എൻഡോസൾഫാൻ ദുരിത ബാധിതയായ മോളെയും എടുത്ത് കൊണ്ട് വീറോടെ മുദ്രാവാക്യം വിളിച്ചു വരുന്ന ഒരമ്മ എല്ലാവരുടെയും ശ്രദ്ധാകേന്ദ്രമായി. 7 വയസ്സുകാരി കൃതിഷയുടെ അമ്മ സുമതിയായിരുന്നു അത്. വഴി നിഷേധിച്ച ജന്മി തമ്പ്രാന്റെ ക്രൂരതയിൽ ആശുപത്രിയിലും, മറ്റാവശ്യങ്ങൾക്കും 2 കിലോമീറ്ററോളം മോളെയും എടുത്തു കൊണ്ട് എപ്പോഴും മലയിറങ്ങേണ്ടി വരുന്ന സുമതിക്ക് ഈ സമരം പ്രതിഷേധത്തിന്റെയൊപ്പം പ്രതീക്ഷയുടെതും കൂടിയായിരുന്നു.

20
ഭരണാധികാരികളുടെ ഇടപെടലുകൾ

വലിയ പ്രതിഷേധമുയർത്തിയ ഈ സമരത്തെ തുടർന്ന് സ: പി. കരുണാകരൻ എം.പി യുടെ ഇടപെടലിനെ തുടർന്നു മുഖ്യമന്ത്രി സ: പിണറായി വിജയൻ നേരിട്ട് ഇക്കാര്യത്തിൽ ഇടപെട്ടു. പൊസളിക ജനതയുടെ പ്രശ്നം എത്രയും വേഗം തീർപ്പാക്കണമെന്ന് മുഖ്യമന്ത്രി ജില്ലാ ഭരണാധികാരിക്ക് കർശന നിർദ്ദേശം നൽകുകയായിരുന്നു.

ആരുടെയൊക്കെയോ വാക്കുകൾ കേട്ട് പൊസളിഗെയിലെ ജനങ്ങൾക്കെതിരെ നിലപാട് സ്വീകരിച്ച ജില്ലാ ഭരണാധികാരിക്ക് ഇത് വലിയ തിരിച്ചടിയായി. അയാളുടെ നിലപാടിനെതിരെ പാർട്ടി ശക്തമായ പ്രതിഷേധം രേഖപ്പെടുത്തിയിരുന്നു.

മുഖ്യമന്ത്രിയുടെ നിർദ്ദേശത്തെതുടർന്നാണ് ജില്ലാ ഭരണാധികാരികൾ മുൻ നിലപാട് തിരുത്താൻ തയ്യാറായത്. ഇതിനുമുമ്പ് ഏകപക്ഷീയമായി ചേർന്ന യോഗത്തിൽ നിന്നും വ്യത്യസ്തമായി ഇതുമായി ബന്ധപ്പെട്ടയാളുകളും, ജനപ്രതിനിധികളെയും, രാഷ്ട്രീയനേതാക്കളെയും ക്ഷണിച്ച് ഒരു യോഗം തന്നെ വിളിച്ചുചേർക്കുകയുണ്ടായി.

എ.ഡി.എമ്മിന്റെ അദ്ധ്യക്ഷതയിൽ ചേർന്ന യോഗത്തിൽ ബന്ധപ്പെട്ടവരെല്ലാം പങ്കെടുത്തുവെങ്കിലും ഇതിലെ പ്രധാന കക്ഷിയായ സ്ഥലമുടമ പങ്കെടുത്തില്ല. യോഗത്തിൽ എ.ഡി.എമ്മിന്റെ നേതൃത്വത്തിൽ

ഒരു പ്രതിനിധി സംഘം സ്ഥലമുടമയുമായി ചർച്ച നടത്തുന്നതിനു തീരുമാനിച്ചു. അടുത്ത ദിവസം തന്നെ പൊസൊളിഗെയിലെ ഇയാളുടെ വീട്ടിലെത്തി എ.ഡി.എം. സംസാരിക്കുകയും ചെയ്തു. എന്നാൽ ഈ ചർച്ചയും ഫലം കണ്ടില്ല. 'നേരത്തെ ഞാൻ കളക്ടറോട് എല്ലാം പറഞ്ഞിരുന്നുവല്ലോ? അദ്ദേഹം താൻ പറഞ്ഞ കാര്യം അംഗീകരിക്കുകയും ചെയ്തതാണ്. അതുകൊണ്ട് നിങ്ങളോട് ഒന്നും പറയാനില്ല. കലക്ടറോട് ഞാൻ പറഞ്ഞോളാം' ഇങ്ങനെ ആയിരുന്നു എ.ഡി.എമ്മിനോട് ഈ മനുഷ്യന്റെ സംസാരം. ഉദ്യോഗസ്ഥ പ്രതിനിധികൾക്കൊപ്പം ഉണ്ടായിരുന്ന ഒരു ചാനലിന്റെ പ്രതിനിധി ഇദ്ദേഹമാണ് ഇപ്പോൾ കളക്ടറുടെ ചാർജ്ജ് വഹിക്കുന്നത് എന്ന് പറഞ്ഞപ്പോ എന്നാൽ ഇനിയൊന്നും പറയാനില്ല എന്നുപറഞ്ഞ് വീട്ടിനുള്ളിലേക്ക് പോവുകയാണ് ഉണ്ടായത്. എ.ഡി.എമ്മിന്റെ നേതൃത്വത്തിലുള്ള പ്രതിനിധി സംഘത്തോട് ഇയാൾ സ്വീകരിച്ച നിലപാടും അവഹേളനം തന്നെ യായിരുന്നു.

കലക്ടറുടെ ചുമതല വഹിക്കുന്ന ഒരു ഉദ്യോഗസ്ഥനോട് ഇങ്ങനെ ധാർഷ്ട്യത്തോടെ പൊരുമാറുന്നയാൾ സാധാരണക്കാരോട് ഏത് തരത്തിലാവും പെരുമാറുകയെന്ന് ഊഹിക്കാവുന്നതേയുള്ളു. ചുരുക്കത്തിൽ എ.ഡി.എമ്മിന്റെ നേതൃത്വത്തിൽ പ്രശ്നം രമ്യമായി പരിഹരിക്കാനുള്ള ദൗത്യം പരാജയപ്പെടുകയാണുണ്ടായത്.

എ.ഡി.എം ഇയാളോട് പോയി ചർച്ച നടത്തിയാൽ എല്ലാം ശരിയാവുന്നതേയുള്ളു എന്ന നിർദ്ദേശം മുന്നോട്ട് വെച്ചത് സ്ഥലം എം.എൽ. എയും പഞ്ചായത്ത് പ്രസിഡന്റുമായിരുന്നു എന്ന് കൂടി സൂചിപ്പിക്കട്ടെ. ഇതൊക്കെ സമരസമിതിക്കാരും കമ്മ്യൂണിസ്റ്റ് പാർട്ടിക്കാരും ഉണ്ടാക്കുന്ന പ്രശ്നമാണെന്നും, സ്ഥലമുടമ ഒരു സാധുവാണ് പറഞ്ഞാൽ കേൾക്കും എന്ന വാദഗതിയായിരുന്നു. ഈ യോഗത്തിൽ ഇവരും, ബി.ജെ.പി, ലീഗ് നേതാക്കളും സ്വീകരിച്ചത്.

21
പൊസൊളിഗെയുടെ തെളിവുകൾ തേടി

എ.ഡി.എമ്മിന്റെ നേതൃത്വത്തിലുള്ള സമവായ ചർച്ച പരാജയപ്പെട്ടതോടെ അനുരഞ്ജനത്തിന്റെ മാർഗ്ഗം ഇനി നടക്കുകയില്ലെന്ന് എല്ലാവർക്കും മനസിലായി. പൊസൊളിഗെ-മാലങ്കി റോഡ് പഞ്ചായത്തിന്റേതാണെന്നും അസന്നിഗ്ധമായി തെളിയിക്കുന്ന രേഖകൾ മുഴുവൻ വീണ്ടെടുക്കണം. ഇതിന്റെ അടിസ്ഥാനത്തിൽ ഈ റോഡ് അധികൃതർ ഏറ്റെടുക്കണം. ഇതുമാത്രമായിരുന്നു ഏകപരിഹാരമാർഗ്ഗം. ബഹുജനങ്ങളുടെയും, ദൃശ്യ-പത്രമാധ്യമങ്ങളുടെയുമെല്ലാം നിർലോഭ പിന്തുണയുണ്ടെങ്കിലും റോഡ് പഞ്ചായത്തിന്റേതാണെന്ന് തെളിയിക്കുന്നതിനുള്ള തെളിവുകൾ അതാണ് വേണ്ടത്. അതു മാത്രമാണ് വേണ്ടത്. ഈ തെളിവുകൾ വീണ്ടെടുത്തില്ലെങ്കിൽ ഈ പോരാട്ടവും പരാജയപ്പെടും. ജന്മിക്കൊപ്പം നിൽക്കുന്നവർ വിജയിക്കും. ഇത്തരമൊരു സാഹചര്യമുണ്ടാവുന്നത് ആലോചിക്കാൻ കഴിയുന്നതായിരുന്നില്ല.ഈ റോഡിന്റെ മുഴുവൻ തെളിവുകൾ വീണ്ടെടുക്കണം. ഇതുമാത്രമായി പിന്നീടുള്ള ലക്ഷ്യം.

1982 ലായിരുന്നു മഞ്ചേശ്വരം ബ്ലോക്ക് ഫുഡ്ഫോർ വർക്കിൽ ഉൾപ്പെടുത്തി റോഡ് നിർമ്മാണം നടത്തിയത്. ആ വഴിക്കൊന്നു അന്വേഷിക്കാൻ ഞങ്ങൾ തീരുമാനിച്ചു. മഞ്ചേശ്വരം ബ്ലോക്ക് പഞ്ചായത്തംഗമായിരുന്ന സ: കെ.ആർ ജയാനന്ദയെ കണ്ടു. മുമ്പത്തെ രേഖകൾ

കിട്ടാനുള്ള വഴിയെ കുറിച്ച് അന്വേഷിച്ചു. അദ്ദേഹമാണ് ഒരു ഉദ്യോസ്ഥനെ എനിക്ക് പരിചയപ്പെടുത്തി തരുന്നത്. മഞ്ചേശ്വരം സ്വദേശി തന്നെയായ ഇദ്ദേഹത്തിന് പഴയ കാര്യങ്ങളെകുറിച്ചും രേഖകളെകുറിച്ചും നല്ല അറിവ്. പക്ഷെ ഇപ്പോൾ മഞ്ചേശ്വരം ബ്ലോക്ക് പഞ്ചയത്തിലല്ല ജോലി ചെയ്യുന്നത്. എന്തായാലും ഈ രേഖകൾക്കു വേണ്ടി വിവരാവകാശ നിയമപ്രകാരം ഒരു അപേക്ഷ സമർപ്പിച്ചു. ഇതിനിടയിൽ മേൽ പറഞ്ഞ ജീവനക്കാരന് മഞ്ചേശ്വരം ബ്ലോക്കിലേക്ക് സ്ഥലമാറ്റം ലഭിക്കുകയും ചെയ്തത് കൂടുതൽ ഗുണകരമായി. വിവരാവകാശ നിയമപ്രകാരം അപേക്ഷ കൊടുത്ത് ആറാമത്തെ ദിവസം ബ്ലോക്ക് ഓഫീസിൽ നിന്നും അറിയിപ്പ് വന്നു. നിങ്ങൾ ആവശ്യപ്പെട്ട രേഖകൾ വാങ്ങുന്നതിന് പഞ്ചായത്ത് ഓഫീസിൽ എത്തണം. പ്രതീക്ഷിച്ചതുപോലെ തന്നെ 1982 ഡിസംബർ 13 ന് ഫുഡ് ഫോർ വർക്കിൽ ഈ റോഡിന്റെ പണിയെടുത്ത വകയിൽ 4386 രൂപ വിലവരുന്ന സാധനങ്ങൾ കൈമാറിയതിന്റെ രേഖകൾ ഞങ്ങൾക്ക് ലഭിച്ചു.

ഇതോടൊപ്പം തന്നെ ബെള്ളൂർ വില്ലേജ് ഓഫീസിലും, ബെള്ളൂർ പഞ്ചായത്ത് ഓഫീസിലും, കാസർഗോഡ് താലൂക്ക് സർവ്വേ ഓഫീസിലും ഈ ആവശ്യം ഉന്നയിച്ച് വിവരാവകാശ പ്രകാരം അപേക്ഷ നൽകിയിരുന്നു. വില്ലേജ് ഓഫീസിൽ നിന്നും സ്ഥലം ഉടമയുടെയും മറ്റ് കോളനി നിവാസികളുടെയും സ്ഥലങ്ങളുടെ പ്ലാനും, സ്കെച്ചും ശേഖരിക്കുന്നതിന് കഴിഞ്ഞു. ഇങ്ങനെ ലഭിച്ച ഒരു രേഖയിൽ മേൽ പറഞ്ഞ റോഡ് അവ്യക്തമായി രേഖപ്പെടുത്തിയിട്ടുണ്ടായിരുന്നു. എന്നാൽ ഇതിനു പിൻബലമേകുന്ന തെളിവുകളൊന്നും തന്നെ ഉണ്ടായിരുന്നില്ല. പഞ്ചായത്ത് ഓഫീസിൽ നൽകിയ അപേക്ഷയ്ക്ക് മറുപടിയൊന്നും ലഭിച്ചിരുന്നുമില്ല.

എന്നാൽ സമരസമിതിയുടെ അന്വേഷണം ഫലം കാണാതിരുന്നില്ല. താലൂക്ക് സർവ്വേ ഓഫീസിൽ നിന്നും വളരെ നിർണ്ണായകമായ ഒരു തെളിവ് ലഭിക്കുകയുണ്ടായി. 1981 ഫെബ്രുവരി 3ന് അന്നത്തെ താലൂക്ക് സർവ്വേ ഓഫീസർ സീൽ വെച്ച് ഒപ്പിട്ട വില്ലേജിലെ റോഡുകൾ രേഖപ്പെടുത്തിയ വിശദമായ സ്കെച്ചായിരുന്നു ഇത്. ഇതിൽ വളരെ വ്യക്തമായി പൊസൊളിഗെ-മാലങ്കി റോഡ് രേഖപ്പെടുത്തിയിട്ടുണ്ടായിരുന്നു. നാട്ടക്കല്ലിൽ നിന്നും ശാന്തിഗുറിപോകുന്ന മേജർ റോഡിൽ നിന്നും പൊസൊളിഗെ ജംഗ്ഷനിൽ നിന്നും മാലങ്കിലിലേക്ക് ‘പഞ്ചായത്ത് റോഡ്” എന്ന് മാർക്ക് ചെയ്ത സ്കെച്ചാണ് ഞങ്ങൾക്ക് ലഭിച്ചത്. സ്കെച്ചിന്റെ താഴെയുള്ള ഇൻഡെക്സിൽ ഈ റോഡിന്റെ പേര് കൃത്യമായും വ്യക്തമായും എഴുതിയിട്ടുണ്ടായിരുന്നു. ഇതിനിടയിൽ ബെള്ളൂർ പഞ്ചായത്ത് ഓഫീസിൽ നിന്നും ചില ‘പൂഴ്ത്തിവെച്ച’ രേഖകളും ഞങ്ങൾക്ക് ലഭിച്ചു.

ബെള്ളൂർ പഞ്ചായത്തിലെ സത്യസന്ധരായ ചില ജീവനക്കാർ ഇക്കാര്യത്തിൽ ആത്മാർത്ഥമായി പൊസൊളിഗെയിലെ പാവങ്ങൾക്കൊപ്പം നിലകൊണ്ടതിന്റെ ഫലമായാണ് ജൻമിക്കുവേണ്ടി പൂഴ്ത്തിവെച്ച ആസ്തി വികസന രജിസ്റ്ററുകൾ ഉൾപ്പെടെ വീണ്ടെടുക്കാനായത്. (ഒരുമാസം മുമ്പ് പഞ്ചായത്ത് പ്രസിഡന്റ് ഏഷ്യാനെറ്റ് ചാനലിനു നൽകിയ അഭിമുഖത്തിൽ പറഞ്ഞത് റോഡ് സ്ഥലമുടമയുടേതാണെന്നും, പഞ്ചായത്തിന്റേതാണെന്ന് തെളിയിക്കുന്ന ഒരു രേഖകളും ഞങ്ങളുടെ കൈവശം ഇല്ലായെന്നുമായിരുന്നു) ഇതിനിടയിലാണ് എപ്പോഴും പൊസൊളിഗെ റോഡിനു വേണ്ടിയുള്ള വിവിധ കേസുകളിലെ വിധിപകർപ്പുകൾ പൊസൊളിഗെക്കാരനും വക്കീൽ ഓഫീസിലെ ക്ലർക്കുമായ ചന്ദ്രശേഖരൻ ശേഖരിച്ചത്. ഇതുമായി ബന്ധപ്പെട്ട് പുറപ്പെടുവിച്ച 4 കോടതിവിധികളിലും പൊസൊളിഗെ ജനതയ്ക്ക് വഴി നിഷേധിക്കരുതെന്ന് കൃത്യമായും വ്യക്തമായും പറഞ്ഞിരുന്നു. കാസർഗോഡ് പ്രസ്ക്ലബിൽ സമരസമിതി നടത്തിയ പത്രസമ്മേളനത്തിൽ ഈ തെളിവുകളെല്ലാം പുറത്തുവിടുകയും ഇക്കാലമത്രയും ബെള്ളൂർ പഞ്ചായത്തിലെ പൊസൊളിഗെ, തോട്ടത്തുമൂല താമസക്കാരെ സ്ഥലമുടമയും, ബി.ജെ.പി നേതൃത്വത്തിലുള്ള ഭരണസമിതിയും വഞ്ചിക്കുകയായിരുന്നുവെന്നും രേഖകൾ നിരത്തി സമരസമിതി നേതാക്കൾക്ക് പറയാൻ കഴിഞ്ഞു. ഈ സംസാരിക്കുന്ന തെളിവുകൾക്കുമുന്നിൽ ഇതേവരെ ജൻമിക്കൊപ്പം നിന്നവർക്ക് തങ്ങളുടെ മുൻനിലപാടുകൾ മാറ്റി പറയേണ്ടിവന്നു.

22
പൊസൊളിഗെ വഴി തെളിയുന്നു

എ.ഡി.എമ്മിന്റെ നേതൃത്വത്തിലെ ആദ്യവട്ട ചർച്ചകൾ പരാജയപ്പെട്ടെങ്കിലും ജില്ലാ മജിസ്ട്രേറ്റിന്റെ അധികാരം വെച്ച് സ്ഥലമുടമയെ നോട്ടീസ് നൽകി വിളിച്ചുവരുത്തുന്നതിന് തീരുമാനിച്ചതിന്റെ അടിസ്ഥാനത്തിൽ 2018 സെപ്തംബർ 12ന് കലക്ടറുടെ ചേമ്പറിൽ ചേർന്ന യോഗതീരുമാനപ്രകാരം ഈ റോഡിന്റെ നിയമവശങ്ങൾ പരിശോധിക്കുന്നതിന് ഡെപ്യൂട്ടികലക്ടർ രാമേന്ദ്രന്റെ നേതൃത്വത്തിൽ കമ്മീഷനെ നിയോഗിച്ച് കലക്ടർ ഉത്തരവിട്ടു. ഇരുപത് ദിവസം കൊണ്ട് കമ്മിഷൻ തെളിവെടുപ്പുകൾ പൂർത്തിയാക്കി റിപ്പോർട്ട് കലക്ടർക്ക് സമർപ്പിക്കുകയും ചെയ്തു.

കമ്മീഷൻ നടത്തിയ തെളിവെടുപ്പിൽ പൊസൊളിഗെ നിവാസികളും സമരസമിതി നേതാക്കളും മൊഴിനൽകിയിരുന്നു. സ്ഥലമുടമ, പഞ്ചായത്ത് പ്രസിഡന്റ്, സെക്രട്ടറി, വില്ലേജ് ഓഫീസർ തുടങ്ങിയവരിൽ നിന്നും തെളിവെടുത്തിരുന്നു. ഇതിന്റെയെല്ലാം അടിസ്ഥാനത്തിൽ രാമേന്ദ്രൻ കമ്മീഷൻ നൽകിയ റിപ്പോർട്ട് പൊസൊളിഗെക്കാരും, സമരസമിതിയും ,കമ്മ്യൂണിസ്റ്റ് പാർട്ടിയും ഇക്കാലമത്രയും മുന്നോട്ട് വെച്ച നിലപാടുകൾ സാധൂകരിക്കുന്നതായിരുന്നു.

1. പൊസൊളിഗെ-മാലങ്കി റോഡ് 1976 ൽ നിർമ്മിച്ചതാണെന്നും അതിനും മുമ്പെ ഇതുവഴി നടപ്പാതയുണ്ടെന്നും കമ്മീഷൻ കണ്ടെത്തി.

2. 1982 ലെ ഫുഡ് ഫോർ വർക്കിന്റെ രേഖകൾ പരിശോധിക്കുകയും ഇതുപ്രകാരം ഇത് പഞ്ചായത്ത് റോഡാണെന്നും പഞ്ചായത്ത് ആസ്തിയിലില്ലാത്ത റോഡിന്റെ ഈ പ്രവൃത്തി ചെയ്യാൻ കഴിയി ല്ലെന്നും കമ്മീഷൻ വിലയിരുത്തി.

3. പഞ്ചായത്ത് ആസ്തി വികസന രജിസ്റ്ററിൽ രേഖപ്പെടുത്തിയ പൊസൊളിഗെ- മാലങ്കി റോഡ് ഇതുതന്നെയാണെന്നും എന്നാൽ ഇതിന്റെ രേഖകൾ കൃത്യമായി സൂക്ഷിക്കുന്നതിൽ പഞ്ചായത്തിന് പോരായ്മകൾ ഉണ്ടായിട്ടുണ്ടെന്നും കമ്മീഷന്റെ റിപ്പോർട്ടിൽ പറയുന്നു.

4. ഇതിന്റെ അടിസ്ഥാനത്തിൽ സ്വകാര്യ വ്യക്തി കൈയേറി സ്വ ന്തമാക്കി വെച്ചിരിക്കുന്ന റോഡ് തിരിച്ചു പിടിച്ച് നാട്ടുകാർക്ക് ഉപകാരപ്രദമായ നിലയിൽ നിർമ്മിക്കുന്നതിന് ആവശ്യമായ നടപടികൾ കൈക്കൊള്ളാവുന്നതാണെന്നും കമ്മീഷൻ നിർ ദ്ദേശിച്ചു.

ഈ റിപ്പോർട്ട് കലക്ടറുടെ ചുമതലയുള്ള എ.ഡി.എമ്മിന് ലഭിച്ച തിനെ തുടർന്ന്.

2018 ആഗസ്റ്റ് 3ന് എ.ഡി.എം വിളിച്ചു ചേർത്ത സർവ്വകക്ഷി യോഗത്തിൽ കമ്മിഷൻ റിപ്പോർട്ട് ചർച്ച ചെയ്യുകയും റിപ്പോർട്ടിൽ ചൂണ്ടിക്കാട്ടിയ കാര്യങ്ങൾ നടപ്പിലാക്കുന്നതിന് തീരുമാനിക്കുകയും ചെയ്തു.

23
പൊസൊളിഗെ റോഡ് യാഥാർത്ഥ്യമാവുന്നു

തകർന്ന് തരിപ്പണമായി കാൽനടയാത്ര പോലും ദു:സഹമായ റോഡ് ഗതാഗതയോഗ്യമാക്കുകയെന്നതായിരുന്നു അടുത്ത വെല്ലുവിളി. ആഗസ്ത് 3ന്റെ യോഗത്തിൽ റോഡ് നിർമ്മാണം അടിയന്തിരമായി നടത്തണമെന്ന് തീരുമാനമായെങ്കിലും ഫണ്ടിന്റെ അപര്യാപ്തത പറഞ്ഞ് പഞ്ചായത്ത് പിറകോട്ട് പോവുകയാണുണ്ടായത്. എം.പി, എം.എൽ.എ മാരുടെ പ്രാദേശിക വികസനഫണ്ട് അനുവദിക്കാമെന്ന് വാഗ്ദാനമുണ്ടെങ്കിലും അതും ഉടൻ നടക്കാൻ സാധ്യതയില്ലായിരുന്നു.

പൊസൊളിഗെ മാലങ്കി റോഡ് പഞ്ചായത്ത് റോഡെന്ന് പകൽ പോലെ വ്യക്തമായിരുന്നിട്ടും ചാതുർവർണ്യ അഹംബോധം പേറുന്ന ഒരു മനുഷ്യന് വേണ്ടി ഇത്രയും കാലം ഒരു ജനതയെ പ്രാദേശിക ഭരണാധികാരികളും അവർക്കൊപ്പം നിന്ന ഉദ്യോഗസ്ഥരും വഞ്ചിക്കുകയായിരുന്നു. ഇരുപത്തിയൊന്നാം നൂറ്റാണ്ടിൽ ഇത്തരമൊരു വിഷയം ഉയർത്തി കേരളത്തിൽ സി.പി.ഐ എമ്മിന്റെ നേതൃത്വത്തിൽ നടന്ന അത്യപൂർവ്വവും ഐതിഹാസികവുമായ പോരാട്ടമായിരുന്നു പൊസൊളിഗെ പ്രക്ഷോഭം.

നീണ്ട കാലത്തെ പോരാട്ടത്തിനുശേഷം റോഡിന്റെ അവകാശം പൊസൊളിഗെക്കാർ വീണ്ടെടുത്തെങ്കിലും കോളനിയിലേക്കുള്ള

ദുഷ്കരമായ പാത എങ്ങനെ പുനർ നിർമ്മിക്കാം എന്നതായിരുന്നു സമരസമിതിയുടെയും പാർട്ടിയുടെയും പിന്നീടുള്ള ചിന്ത. നിർമ്മാണം അധികം വൈകാൻ അനുവദിച്ചുകൂടാ. തെളിവുകളുടെ പിൻബലത്തിൽ പഞ്ചായത്ത് റോഡാണെന്ന് സ്ഥിരീകരിച്ചതോടെ നിശബ്ദനായിപോയ സ്ഥലമുടമ വീണ്ടും കോടതിയെ സമീപിക്കുമെന്ന് ആശങ്കയുണ്ടായിരുന്നു. മാത്രമല്ല ചികിത്സ കിട്ടാതെ മരിച്ച രവിയുടെയും, ആശുപത്രിയിൽ കൊണ്ടുപോകാൻ കഴിയാതെ മരണപ്പെട്ട മത്താടിയുടെയും സീത്തുവിന്റെയും ഓർമ്മകൾ ഉള്ള പൊസൊളിഗെയിൽ അടിയന്തിരമായും റോഡ് നിർമ്മിക്കണമെന്ന് പാർട്ടിയും സമരസമിതിയും തീരുമാനിക്കുകയായിരുന്നു.

2008 ൽ ജൂലൈ മാസത്തിൽ ആരംഭിച്ച പ്രക്ഷോഭവും 2018 മെയ് 5 മുതൽ ആരംഭിച്ച തുടർ പ്രക്ഷോഭങ്ങളിലും ഞങ്ങൾക്ക് പിന്തുണയേകിയ സുമനസുകളുടെ സഹായത്തോടെ തികച്ചും ജനകീയമായി റോഡ് നിർമ്മിക്കണമെന്ന് തീരുമാനിച്ചു.

24
വഴിയെന്ന സ്വാതന്ത്ര്യം

റോഡ് പണി പൊസൊളിഗെക്ക് ഒരു ഉത്സവം തന്നെയായിരുന്നു. വഴി എന്ന യാഥാർത്ഥ്യത്തിലേക്ക് തങ്ങൾ എത്തപ്പെട്ടുകയാണ് എന്ന ആത്മ വിശ്വാസം കുട്ടികൾ മുതൽ കാരണവൻമാർ വരെയുള്ള കോളനിനിവാസികളിൽ നിറഞ്ഞുനിന്നു. കേട്ടവരും, അറിഞ്ഞവരും ഒത്തുകൂടിയ ഒരു ജനകീയ മേള.... മുളിയാറിൽ നിന്നും, കാടകത്ത് നിന്നും, അഡൂരിൽ നിന്നും, ഗാഡിഗുഡ്ഡയിൽ നിന്നും ബസ്തിയിൽ നിന്നും നാട്ടക്കല്ലിൽ നിന്നും , കിന്നിംഗാറിൽ നിന്നും എത്തിച്ചേർന്ന യുവാക്കളുടെ ആവേശം അത്രകണ്ട് പ്രകടമായിരുന്നു. കപ്പപുഴക്കും, കാപ്പിയുമായി അവിടെ കൂടിയ ജനങ്ങൾക്കും, ചാനലുകൾക്കും വിരുന്നൊരുക്കാൻ പൊസൊളിഗയിലെ അമ്മമാർ മത്സരിച്ചു. ചിലർക്ക് പേടിയുണ്ടായിരുന്നു ബ്രാഹ്മണ ശാപം ഉണ്ടാകുമൊ? കാരണം റോഡിനു താഴെ ജൻമിയുടെ വീട് കടന്നു വേണം വഴി നടക്കാൻ. പക്ഷെ സ്വാതന്ത്ര്യത്തിന്റെ കാറ്റ് തോട്ടത്തുമലയിറങ്ങി പൊസൊളിഗെയിലേക്ക് വന്നു.

കോൺക്രീറ്റ് വീണ് വഴിയുറച്ചപ്പോൾ ചിലർ കൗതുകത്തോടെ നോക്കിനിന്നു, ചിലർ കണ്ണീർ പൊഴിച്ചു. ഇനി വഴി തടസമില്ലാതെ സ്ക്കൂളിൽ പോകാനാകുമല്ലോ എന്ന ചിന്ത പങ്കുവെച്ച വിദ്യാർത്ഥികൾ ഓടിവന്ന് കൈ തന്നു. ചിലർ തൊഴുകൈയോടെ നിന്നു.

പുലർച്ചയ്ക്ക് ആരംഭിച്ച് അർദ്ധരാത്രി വരെ നീണ്ട റോഡുപണിയിൽ നൂറുകണക്കിന് ആളുകൾ പങ്കാളികളായി. 200 മീറ്ററോളം വരുന്ന റോഡ് കോൺക്രീറ്റ് ചെയ്ത് പൂർത്തിയാക്കുകയും തുടർന്നു വരുന്ന ഭാഗങ്ങൾ ഗതാഗതയോഗ്യമാക്കുകയും ചെയ്തതിന് ശേഷമാണ് സഖാക്കൾ അർദ്ധരാത്രിയോടെ മടങ്ങിയത്.

റോഡിന്റെ ബാക്കി ഭാഗങ്ങൾ നവീകരിക്കാൻ കെ.കെ.രാഗേഷ് എം.പി.യുടെ ഫണ്ടും, കാറഡുക്ക ബ്ലോക്ക് പഞ്ചായത്തിന്റെ ഫണ്ടും അനുവദിച്ചു.

25
അനന്തരം

റോഡ് നിർമ്മാണം കഴിഞ്ഞ പ്രഭാതത്തിൽ ഞാനും ദേശാഭിമാനി ലേഖകൻ രജിത്ത് കാടകവും പൊസൊളിഗെയിലെത്തി. അവിടെ റോഡരികിൽ പുത്തൻ സാരിയുടുത്ത്, പാളതൊപ്പിധരിച്ച് പ്ലാസ്റ്റിക്കിൽ പൊതിഞ്ഞ മുറുക്കാൻ കെട്ടുമായി ആ അമ്മ നീല ഞങ്ങളെ കാത്തു നിന്നു. എന്നിട്ട് ഞങ്ങളുടെ കൈപിടിച്ച് നിറഞ്ഞ ഒരു ചിരിചിരിച്ചു. 'മരിക്കും മുമ്പ് സ്വാതന്ത്ര്യത്തോടെ ആരെയും പേടിക്കാതെ, ഒരു ജൻമിയുടെയും ദുഷ്നോട്ടം ഏല്ക്കാതെ എനിക്ക് നടക്കാമല്ലോ' അപ്പോൾ നീലമ്മ തന്റെ പിതാവ് മൻച്ചനെ ഓർത്തിരിക്കണം മൻച്ചന്റെയും അമ്മ ചാരുവിന്റെയും ഭൂമിയിലൂടെ ഒരു ദിവസമെങ്കിലും സ്വാതന്ത്ര്യത്തോടെ നടക്കാനായല്ലോ എന്ന ചാരിഥാർത്ഥ്യത്തോടെ അവർ ഞങ്ങളുടെ കൈപിടിച്ച് നടന്നു.

റോഡ് തുറന്നുകൊടുക്കാനായി സി.പി.എം സംസ്ഥാന സെക്രട്ടറി കോടിയേരി സഖാവ് പൊസൊളിഗെയിൽ എത്തിയപ്പോൾ നീലയുടെ കയ്യിൽ ഒരു മുത്തുക്കുടയുണ്ടായിരുന്നു. തന്റെ തലയിലിരുന്ന പാളത്തൊപ്പി ഊരി അവർ സഖാവിന്റെ തലയിൽ വച്ചു. പിന്നെ മുദ്രാവാക്യം വിളിച്ചു.

ഈ വഴി നടക്കുമ്പോൾ ഞാൻ നീലമ്മയെ ഓർക്കും കോവിഡ് കാലത്ത് ഞങ്ങളെ വിട്ട്പോയ നീലമ്മയുടെ ഓർമ്മകളുണ്ട് ഈ പൊസൊളിഗെയിൽ. നീല അതൊരു നിറം മാത്രമല്ല ജാതി കൊട്ടിയടച്ച വഴിയുടെ എക്കാലത്തേയും സമര വീര്യത്തിന്റെ പേരുകൂടിയാണ്.